பெரியார்

ஆர். முத்துக்குமார்

இந்திய அரசியல் களத்தைத் தொடர்ந்து ஆய்வு செய்து வருபவர். மயிலாடுதுறையைச் சார்ந்தவர். இவரது முந்தைய நூலான 'இந்திரா' ஒரு முக்கியமான பதிவு. கல்கி, குமுதம் ரிப்போர்ட்டர் இதழ்களில் தற்கால அரசியல் நடப்புகள் குறித்து தொடர்ந்து எழுதி வருகிறார்.

பெரியார்

ஆர். முத்துக்குமார்

கிழக்கு

பெரியார்
Periyar
by R. Muthukumar
R. Rani ©

First Edition: December 2008
160 Pages
Printed in India.

ISBN: 978-81-8493-033-7
Title No: Kizhakku 359

Kizhakku Pathippagam
177/103, First Floor,
Ambal's Building, Lloyds Road
Royapettah, Chennai 600 014.
Ph: +91-44-4200-9603

Email : support@nhm.in
Website : www.nhm.in

Author's Email: writermuthukumar@gmail.com

Cover & Inside Photo Courtesy : S.V. Jayababu

Kizhakku Pathippagam is an imprint of New Horizon Media Private Limited

This book is sold subject to the condition that it shall not, by way of trade or otherwise, be lent, resold, hired out, or otherwise circulated without the publisher's prior written consent in any form of binding or cover other than that in which it is published and without a similar condition including this the rights under copyright reserved above, no part of this publication may be reproduced, stored in or introduced into a retrieval system, or transmitted in any form or by any means (electronic, mechanical, photocopying, recording or otherwise), without the prior written permission of both the copyright owner and the above-mentioned publisher of this book.

அன்புடன் அரவணைக்கும்

ரவி, சுகுமார், கருணாநிதி, சீனிவாசன் ஆகியோருக்கு

புரட்சிப் பாதை

முன் சொல்	/	8
ஒரு குரல்	/	10
1. கலகக்காரச் சிறுவன்	/	15
2. மண்டிக்கு வந்துடு	/	23
3. காசிக்குப் போன சம்சாரி	/	30
4. மண்டிக்கடை ராமசாமி	/	42
5. காங்கிரஸ் கட்சியில்	/	49
6. நீதியின் பீரங்கி	/	59
7. ஆட்சி ஒழிய வேண்டும்	/	74
8. திராவிட தேசம் கொடு	/	87
9. இணைதல், பிரிதல்	/	95
10. குலக்கல்வி என்றொரு எதிரி	/	109
11. பச்சைத் தமிழரின் தோழர்	/	119
12. குருவை மிஞ்சிய சிஷ்யர்கள்	/	131
13. கருணாநிதிக்கு ஆதரவாக...	/	141
14. நெஞ்சில் குத்திய முள்	/	150
பின்னிணைப்புகள்	/	153

முன் சொல்

தமிழ்நாட்டில் புரட்சி என்ற சொல்லுக்கு நிஜமான சொந்தக்காரர் பெரியார் மட்டுமே. சிந்தனையில் புரட்சி. பேச்சில் புரட்சி. எழுத்தில் புரட்சி. செயல்பாடுகளில் புரட்சி. முடிவெடுப்பதில் புரட்சி. போராட்டத்தில் புரட்சி. தான் தொட்ட அனைத்து விஷயங்களையுமே முற்போக்குச் சிந்தனையுடன்தான் கையாண்டிருக்கிறார். பெரியாரின் இந்த ஆளுமைதான் அவரைப் பற்றிய புத்தகம் ஒன்றை எழுதத் தூண்டியது. புத்தகம், அதுவும் பெரியாரைப் பற்றி என்பது கூடுதல் உழைப்பைக் கோருகின்ற விஷயம் என்பதை உணர்ந்தேன்.

பதினைந்து வயது இருக்கும்போது நான் பிறந்த மயிலாடுதுறையில் இருக்கும் திராவிடர் கழகம் மற்றும் தி.மு.கவினரால் உருவாக்கப்பட்டிருந்த படிப்பகங்கள் மூலமாகத்தான் முதலில் பெரியார் என்னுள் நுழையத் தொடங்கினார். குறிப்பாக மயிலாடுதுறைக்கு அருகில் உள்ள நீடுர் என்ற கிராமத்தைச் சேர்ந்த டாக்டர் வேலு மற்றும் அவருடைய மகன் இளங்கோ ஆகியோர் பேசும்போது அடிக்கடி பெரியார் கருத்துகள் தெறித்து விழும்.

2002ல் படிப்பை முடித்துவிட்டு வேலை தேடிக் கொண்டிருந்த சமயத்தில் சென்னை கன்னிமரா நூலகத்திலும் பெரியார் திடல் நூலகத்திலும்தான் பெரும்பாலான நேரங்களை முதலீடு செய்தேன். முக்கியமாக, அங்கே பாதுகாக்கப்படும் பழைய விடுதலை இதழ்களில் மூழ்கிவிடுவேன். கல்கி இதழில்

செய்தியாளராக இருந்தபோது பல அரசியல் பிரமுகர்களின் நட்பு கிடைத்தது. அவர்களுடைய புத்தக அலமாரிகளில் ஏதேனும் பெரியார் பற்றிய புத்தகம் தென்பட்டால் சரி, மறுநிமிடம் அந்தப் புத்தகத்தோடு வீட்டுக்குக் கிளம்பிவிடுவேன்.

சாமி சிதம்பரனார், ஆனைமுத்து, கவிஞர் கருணானந்தம், கி. வீரமணி, எஸ்.வி. ராஜதுரை போன்றோர் என்னுடைய புத்தக அலமாரிக்குள் நுழைந்தது இப்படித்தான். பெரியாரைப் பற்றிய அவர்களுடைய பதிவுகள் என்னைப் பிரமிக்க வைத்தன. முக்கியமாக பெரியார் தன்னுடைய இறுதிக்காலமான எழுபதுகளின் தொடக்கத்தில் ஆற்றிய தேர்தல் பணிகள் பற்றி கல்கி இதழுக்காக கி. வீரமணி அவர்களைச் சந்தித்தபோது விரிவாக எடுத்துச் சொன்னார். ஆச்சரியத்தை ஏற்படுத்தியது பெரியாரின் உழைப்பு.

பல ஆண்டுகளாக நிலுவையில் இருந்த 'பெரியார் பற்றிய புத்தகம்' என்ற என்னுடைய கனவுக்குச் செயல்வடிவம் கொடுக்க நினைத்தேன். தீவிர மெனக்கெடலுக்குப்பிறகு தற்போது தங்கள் கைகளில் இருக்கும் புத்தகத்தால் கனவு நிறைவேறியிருக்கிறது. குடியரசு மற்றும் விடுதலை இதழ்களுக்கு நன்றி. இந்தப் புத்தகத்தை வாசித்து முடிக்கும்போது பெரியாரைப் பற்றிய பிரமிப்பு உங்களுக்குள் ஏற்படும். ஏற்கெனவே பிரமித்தவர்கள் என்றால் அதன் உயரம் இன்னும் ஓரங்குலம் உயர்ந்திருக்கும். அப்படியொரு ஆளுமை பெரியாருடையது.

அன்புடன்

ஆர். முத்துக்குமார்
22.10.2008

ஒரு குரல்

பெரியார் வந்தார். அமர்ந்தார். தோழர்கள் சிலர் மேடையில் பெரியாருக்கு வெகு நெருக்கமாக அமர்ந்து கொண்டனர். பேசத் தொடங்கினார். வார்த்தைகள் அநாயாசமாக வந்து விழுந்தன, வழக்கம்போல. திடீரென பெரியாரின் வாயிலிருந்து துர்நாற்றம், வழக்கத்தைமீறி. என்ன ஏது என்று தோழர்களுக்குப் புரியவில்லை. நெற்றியைச் சுருக்கியபடியே பெரியாரைப் பார்த்தனர். சரளமாகப் பேசிக்கொண்டிருந்தார்.

என்னவாக இருக்கும்? குழப்பமாக இருந்தது தோழர்களுக்கு. எப்படி பெரியாரிடம் விஷயத்தைச் சொல்வது.. பேசி முடித்ததும் எல்லோரும் அமைதியாகக் கலைந்து விட்டனர்.

மறுநாளும் பேசினார். மறுநாளும் துர்நாற்றம். சற்று தூக்கலாகவே. விஷயம் பெரியாரின் மூத்த சகோதரர் ஈ.வெ. கிருஷ்ணசாமிக்குச் சென்றது. அவர் சித்த மருத்துவரும்கூட.

‘வாயை நல்லாத் திற’

‘ஆ.....’

‘இன்னும் நல்லா...’

அண்ணன் சொன்னதால் மறுபேச்சு இல்லாமல் வாயை அகலமாகத் திறந்தார் பெரியார். நாக்கில் சின்னதும் பெரியதுமாக ஏழெட்டு கொப்புளங்கள்.

‘வந்திருக்கறது உஷ்ணக்கொப்பளம். இந்தத் தைலத்தை தேய்ச்சு தலை முழுகினா சரியாயிடும்.’

அண்ணன் மீது நம்பிக்கை இருந்தாலும் அவருடைய நாட்டு மருத்துவம் மீது பெரியாருக்கு அத்தனை பிடிப்பு கிடையாது. தைலத்தைத் தூக்கி தூரப்போட்டுவிட்டு மருத்துவரைப் பார்த்துவிடலாம் என்று சொல்லிவிட்டார். சென்னையில் இருக்கும் மருத்துவர் சுந்தரவதனம் பெரியாருக்கு மிகவும் நெருக்கமானவர். அவரிடம் சிகிச்சை எடுத்துக்கொண்டால் நிச்சயம் சரியாகிவிடும் என்று பெரியாரை அழைத்துக்கொண்டு சென்னை வந்தார் மணியம்மை.

பார்த்த மாத்திரத்திலேயே பதறிப்போய்விட்டார் மருத்துவர் சுந்தரவதனம்.

‘என்ன நாயக்கரே, இப்படி அலட்சியமா இருந்துட்டீங்க. நான் ஒரு மருத்துவர்க்குக் கடிதம் தர்றேன். அவர் பேரு டாக்டர் ராய். அவர்கிட்ட உடனடியா நீங்க சிகிச்சை எடுத்துக்கணும். இல்லண்ணா நிலைமை சிக்கலாகிடும்.’

கடிதத்தை எடுத்துக்கொண்டு மணியம்மையும் பெரியாரும் டாக்டர் ராயை சந்தித்தனர்.

எல்லாவற்றையும் பரிசோதித்துப் பார்த்துவிட்டு டாக்டர் சொன்ன வியாதியின் பெயரைக் கேட்டதும் பெரியாருக்கே தூக்கிவாரிப்போட்டது.

'எப்படி வந்துச்சு இந்த வியாதி?'

'ஒண்ணு மேடையில ஆவேசமா பேசம்போது அப்பப்போ நாக்கை கடிச்சிருக்கணும். இல்லன்னா தூக்கத்துல கடிச்சிருக் கணும். அதனால நாக்கு காயமாகியிருக்கு. அதை கவனிக் காம விட்டதால இப்போ புற்றுநோயா வளர்ந்துடுச்சு. ஒண்ணும் பிரச்னையில்ல. ரேடியம் சிகிச்சை எடுத்துகிட்டா சீக்கிரமே குணமாகிடும்.'

டாக்டர் ராய் ஆறுதல் வார்த்தைகள் சொன்னாலும் பெரியாரின் முகம் ரொம்பவே வாடிப்போய்விட்டது.

சிகிச்சைகள் தொடங்கின. வாழ்நாள் முழுக்கப் பேசிக் கொண்டே இருந்தவர் இனி அதிகம் பேசக்கூடாது என்ற சூழல். வெறுப்பாக இருந்தது பெரியாருக்கு. சில நாள்களிலேயே பெரியாரின் நாக்கில் இருந்து நீர் கசிந்து கொட்டத் தொடங்கியது. போதாக்குறைக்கு முகம் வேறு புசுபுசுவென வீங்கத் தொடங்கிவிட்டது. எல்லோரும் பயந்துவிட்டனர்.

சிகிச்சைகள் தொடர்ந்தன. மெல்ல மெல்ல வீக்கம் வடிய ஆரம்பித்தது. கொப்புளங்கள் ஒவ்வொன்றாக உடைந்தன. நீர் வடிவது நிற்கத் தொடங்கியது. துர்நாற்றம் வீசுவதும் இல்லாமல் போனது. சகஜமாகப் பேச முடிந்தது. நன்றாகச் சாப்பிடத் தொடங்கினார். சிகிச்சைகள் முடிந்து உடல்நிலை பூரணமாகக் குணமாகிவிட்டது என்று தெரிந்ததும் மருத்துவரை அழைத்தார் பெரியார்.

'அய்யா, உங்களுக்கு நான் ரொம்பவும் கடமைப் பட்டிருக்கேன். இந்த நோய்ல இருந்து என்னை மீட்கலைன்னா, இவன் நாத்திகன்; ஆகவே நாக்கில் புற்று வந்து ஒழிந்தான்னு பொதுமக்கள்கிட்ட ஆத்திக ஆளுங்க சொல்லி, அவங்களுக்கு என் மேல தப்பான அபிப்ராயம் வர்ற மாதிரி செய்திருப்பாங்க. அப்படிப்பட்ட நிலைமை வந்துடாம தடுத்துட்டீங்க. மேற்கொண்டு என்னோடக் கொள்கைக்கு வேலை செய்ய வசதியும் பண்ணிக் கொடுத்திட்டீங்க. ரொம்ப நன்றிங்க.'

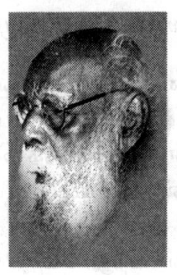

1. கலகக்காரச் சிறுவன்

மண்டிக்கடை வெங்கட்ட நாயக்கர். ஈரோடு நகரில் பிரபலமான தொழிலதிபர். ஊரில் வெங்கட்டரிடம் ஒரு வார்த்தை கேட்காமல் ஊரில் நல்லது, கெட்டது எதுவும் நடக்காது. மதிப்பு. மரியாதை. செல்வாக்கு. அத்தனையும் பன்னிரண்டு வயதிலிருந்து சுயமாகச் சம்பாதித்துச் சேர்த்தவை.

இளம் வயதிலேயே தந்தை இறந்து விட்டதால் தன்னைக் காப்பாற்றிக் கொள்ளும் பொறுப்பைத் தன்னுடைய தலையில் தானே அட்சதையாகப் போட்டுக்கொண்டு வேலை பார்க்கத் தொடங்கியவர் வெங்கட்டர்.

முதலில் கிடைத்தது கூலி வேலை. நாள் முழுக்க வெயிலில் கல் உடைக்க வேண்டும். அதனால் என்ன, சரியென்று கிளம்பிவிட்டார். தனியே எத்தனை நாளுக்குத்தான் காலத்தைக் கழிப்பது என்று யோசித்த வெங்கட்டருக்கு சின்னத்தாய் என்ற பெண்ணின் மீது கவனம் திரும்பியது. அவர்கள் வீட்டில் பேசினார்.

சில நாள்களிலேயே திருமணமும் செய்துகொண்டார்.

கணவனும் மனைவியும் ஆளுக்கொரு வேலை பார்த்தனர். ஆனாலும் நிலைமையைச் சமாளிக்க முடியவில்லை. என்ன செய்யலாம் என்று யோசித்த வெங்கட்டரின் கண்ணில் பட்டது தெருவில் சென்ற மாட்டுவண்டி. அதையே சிறிது நேரம் வெறித்துப் பார்த்துக் கொண்டிருந்தார். பலவிதமான யோசனைகள் மனத்துக்குள் வந்து மோதிச் சென்றன.

அந்தக் காலத்தில் ஒரு ஊரில் இருந்து இன்னொரு ஊருக்குச் செல்ல வேண்டுமானால் மாட்டு வண்டி மட்டும்தான். சட்டென்று முடிவெடுத்த வெங்கட்டர், கைவசம் இருந்த பணத்தை வைத்து ஒரு வண்டியும் மாடும் வாங்கினார். முன்பைக் காட்டிலும் நல்ல வருமானம் கிடைக்க ஆரம்பித்தது.

ஆனால், நேரத்துக்கு வீட்டுக்கு வர முடியவில்லை. மாலை நேரத்தில் வெளியே புறப்பட வேண்டியிருந்தால் இரவு வெளியூரில் தங்கியாக வேண்டிய நிர்பந்தம். அதற்கும் வாய்ப்பில்லை. வீட்டில் ஒற்றை ஆளாக விட்டத்தைப் பார்த்துக் கொண்டிருக்க வேண்டிய நிர்பந்தம் சின்னத்தாய்க்கு.

'இத்தனை கஷ்டப்படறதுக்கு பேசாம வீட்டுக்குப் பக்கத்துலயே சின்னதா தட்டுக்கடை வச்சுட்டா நல்லா இருக்கும்ல?'

அட நல்ல யோசனை! இரவு, பகலாக ஊர் சுற்றி அலைவதைக் காட்டிலும் வீட்டு பக்கத்தில் உப்பு, புளி, மிளகாய், பருப்பு போன்ற அத்தியாவசியப் பொருள்களை விற்பனை செய்தால் நல்ல காசு கிடைக்கும். அஞ்சறைப் பெட்டி, உண்டியல், சின்னத்தாயின் செருவாட்டுக்காசு என்று ஒரு இடம் விடாமல் துழாவிப் பணத்தைத் தேற்றிவிட்டார்.

டவுனுக்கு சென்று மொத்த விலைக் கடைகளில் சரக்குகளை வாங்கிக்கொண்டு வந்து கடையை ஆரம்பித்தார். நிரந்தர வாடிக்கையாளர்கள் கிடைக்கத் தொடங்கினர். கூடுதல் முதலீடு. கூடுதல் உழைப்பு. ஆகவே, கூடுதல் வருமானம்.

சமையல், வீட்டு வேலைகள் செய்தது போக எஞ்சியிருக்கும் நேரத்தைத் தூங்கிக் கழிப்பதில் சின்னத்தாய்க்கு நாட்டமில்லை. சுறுசுறுப்பானவர். உழைப்பதற்குப் பயப்படமாட்டார். ஜாடிக் கேத்த மூடி. நெல்குத்தி அரிசி வியாபாரம் செய்தால் அக்கம்

பக்கத்து வீடுகளில் இருந்தே வந்து வாங்கிக்கொள்வார்கள். களத்தில் குதித்தார்.

வீட்டில் காசு, பணப்புழக்கம் அதிகரித்தது. தட்டுக்கடையைக் கொஞ்சம் கொஞ்சமாகப் விரிவு படுத்தினார். கடைத்தெரு வுக்குச் சென்று பொருள்களை வாங்கி, அதை குறைவான லாபத்தில் விற்பதைவிடச் சந்தைக்குச் சென்று வாங்கிவந்தால் இன்னும் விலை குறைவாகக் கிடைக்கும். லாபம் அதிகரிக்கும். செய்தார்.

சில்லறை வியாபாரம் போய் மொத்த வியாபாரம் செய்யும் மண்டிக்கடை வளர்ந்து நின்றது. வீடு, வாசல், சொத்து, அந்தஸ்து எல்லாம் ஒன்றன் பின் ஒன்றாக வந்து வெங் கட்டருக்கு அருகில் உட்கார்ந்துகொண்டன. எதற்காகவும் நேர்மையை விட்டுக்கொடுக்காமல் வியாபாரம் செய்ததால் நல்ல பெயரையும் கூடுதலாகச் சம்பாதித்துக்கொண்டார்.

என்ன பலன்? வீட்டில் கொஞ்சி விளையாடக் குழந்தைகள் இல்லை. எனவே, குழந்தை வரம் வேண்டி அக்கம்பக்கத்துக் கிராமங்களில் இருக்கும் சிறுதெய்வ, பெரு தெய்வங்களை வரிசையாக வேண்டத் தொடங்கினார்கள். வெகு விரைவில், சின்னத்தாய் கருத்தரித்துவிட, வெங்கட்டருக்கு சந்தோஷம் பிடிபடவில்லை.

எந்தெந்த கோயில்களுக்கெல்லாம் சென்றாரோ அங்கெல்லாம் மறுபிரவேசம் செய்தார். பரிகாரம் என்ற பெயரில் பணத்தை வாரி இறைக்கத் தொடங்கினார். பணம் பஞ்சாகப் பறந்து கொண்டிருந்தது. ஆனால் வெங்கட்டர் துளியும் அலட்டிக் கொள்ளவில்லை.

துரதிருஷ்ட வசமாக முதல் குழந்தை பிறந்ததும் இறந்து விட்டது. அப்படியே நொடிந்துபோய்விட்டார் வெங்கட்டர். அவரைத் தேற்றுவதற்குள் சின்னத்தாய்க்குப் போதும் போதுமென்றாகிவிட்டது.

அடுத்த குழந்தையும் உயிர் பிழைக்க வில்லை. வருத்தத்தின் உச்சத்துக்குச் சென்று விட்டனர் வெங்கட்டர் தம்பதியர். சரி. வியாபாரத்தை எல்லாம் கொஞ்ச காலத்துக்கு ஓரமாக வைத்து விட்டு மீண்டும் கோயில் பிரவேசம் செய்யலாம் என்றார்

வெங்கட்டர். சின்னத்தாயும் தலையசைக்க இருவரும் மூட்டை முடிச்சுகளோடு கிளம்பிவிட்டனர். நித்தம் நித்தம் பூஜை புனஸ்காரங்கள் செய்தனர். நீண்ட பயணத்துக்குப் பிறகு இருவரும் வீடு திரும்பினர்.

புரோகிதர்களும் தேசிகர்களும் வீட்டுக்கு வருவதும் போவதுமாக இருந்தனர். வீட்டில் எப்போதும் மந்திர ஒலி எதிரொலித்துக்கொண்டிருந்தது. திருப்பதி ஏழுமலையான் மனது வைத்தால் பிள்ளைவரம் நிச்சயம் என்று யாரோ ஒருவர் சொல்லிவைக்க, அந்த நொடியிலிருந்தே பெருமாளுக்கு வேண்டுகோள் விடுக்கத் தொடங்கி விட்டார் வெங்கட்டர்.

பத்து ஆண்டுகள் வேண்டுதல்களுடன் கழிந்தன. ஆனால் காரியம் ஒன்றும் நடக்கவில்லை. வருத்தம் ஒருபக்கம் இருந்தாலும் வியாபாரத்தில் கோட்டைவிடாமல் இருந்தார் வெங்கட்டர். வியாபாரம் விஸ்தாரமாகிக்கொண்டே போனது. மீண்டும் கருத்தரித்தார் சின்னத்தாய். ஆண்வாரிசு. செப்டெம்பர் 28, 1877 அன்று பிறந்த குழந்தைக்கு கிருஷ்ணசாமி என்று பெயர் வைத்து ஆனந்தப்பட்டார் வெங்கட்டர்.

இரண்டு ஆண்டுகள் கழித்து செப்டெம்பர் 17, 1879 அன்று இரண்டாவதாக ஒரு குழந்தை பிறந்தது. அதுவும் ஆண்குழந்தை. முதல் குழந்தைக்கு கிருஷ்ணரின் பெயர் வைத்த வெங்கட்டர், இந்தக் குழந்தைக்கு ராமனின் பெயர் வைத்தார். ராமசாமி. செல்லமாக ராமு, ராமா.

பணம் இருக்கும் இடத்தைப் பொறுப்புகளும் வந்து மொய்ப்பது வழக்கம். ஊர்க்காரியங்களை எல்லாம் முன்னின்று நடத்தத் தொடங்கினார் வெங்கட்டர். தொழிலில் அவர் காட்டிய நேர்மை, உழைப்பு எல்லாம் அவருடைய செல்வாக்கை கோவை மாவட்டத்தையும் தாண்டி உயர்த்தியது.

ராமசாமி பிறந்த இரண்டு ஆண்டுகள் கழித்து பொன்னுத்தாய் என்ற பெண் குழந்தை பிறந்தது வெங்கட்டருக்கு. மூன்று குழந்தைகளும் வறுமையின் நிழல் படாமலேயே வளர்ந்தனர். விதவிதமான உணவு வகைகள். உயர்தரத் துணிமணிகள். வசதியான வீடு. குறையொன்றுமில்லை.

கிருஷ்ணசாமி சாத்வீகமான சிறுவன். அப்பாவின் பேச்சுக்கு எதிர்ப்பேச்சுப் பேசமாட்டான். ஆனால் ராமசாமியோ அண்ண

னுக்கு நேரெதிர். வால் முளைக்காத குறைதான். சதாசர்வக் காலமும் சேட்டை செய்வதுதான் ராமசாமியின் உத்தியோகம்.

ஐந்து வயது ஆவதற்குள் ராமசாமியின் சேட்டைகள் ஈரோட்டில் ஏகப்பிரபலம். ஊர்ப் பிரமுகரின் மகன் என்பது கூடுதல் செல்வாக்கு. மிதப்பாக நடப்பான். எகத்தாளமாகவும் எடுத்தெறிந்தும் பேசுவான்.

திடீரென ஒருநாள் ராமசாமியை அழைத்த வெங்கட்டர், 'இனிமேல் நீ இந்த அம்மாள் வீட்டில்தான் இருக்கவேண்டும்' என்று சொல்லிவிட்டார். ராமசாமிக்கு ஒன்றுமே புரியவில்லை. கேட்டதற்குச் சுவீகாரம் கொடுக்கப் போகிறோம் என்று சொன்னார்கள்.

சுவீகாரம்னா பட்சணமா என்றுதான் கேட்டான் ராமசாமி. பதில் வரவில்லை வெங்கட்டரிடம் இருந்து.

அந்த அம்மாள் வெங்கட்டருக்கு சிற்றன்னை முறை. ஒரே நாளில் பெற்றோரைப் பிரிந்தது ராமசாமிக்கு வருத்தமாக இருந்தது. உண்மையில் அந்த அம்மாளின் கணவர் அப்போதுதான் இறந்திருந்தார். ஆகவே, இரண்டு ஆண் பிள்ளைகளுள் ஒன்றைத் தனக்குத் தத்துக் கொடுத்துவிட்டால் ஒத்தாசையாக இருக்கும் என்று கேட்டிருக்கிறார்.

வெங்கட்டருக்கு என்ன பதில் சொல்வதென்றே தெரியவில்லை. சின்னத்தாய்க்குக் கொஞ்சமும் விருப்பமில்லை. இருந்தாலும் வேறு வழியில்லை என்பதால் ராமசாமியை அழைத்துச் செல்லுமாறு கூறிவிட்டார் வெங்கட்டர், ஒரேயொரு நிபந்தனையோடு.

'எப்போது வேண்டுமானாலும் நான் ராமசாமியை திரும்ப அழைத்துக் கொள்வேன்'

•

அண்ணன் கிருஷ்ணசாமி செல்வச் செழிப்பில் சத்தான உணவு, அருகே தாய் தந்தையர் என்று மகிழ்ச்சிகரமாக வளர்ந்து கொண்டிருந்தான். ராமசாமியின் பாடோ திண்டாட்டமாக இருந்தது. ஏழைப் பாட்டியின் வீட்டில் வளரத் தொடங்கினான். சாப்பிடுவதற்கு ருசியான சாப்பாடுகூடக் கிடைக்கவில்லை. பழைய சோற்றையும் வெங்காயத்தையும் பார்த்தாலே ராமசாமிக்குக் குமட்டிக் கொண்டு வந்துவிடும்.

வறுமை. பல நாள்கள் வெறும் வயிற்றுடனேயே தூங்கி விடுவான் ராமசாமி.

வெந்ததைத் தின்று வயிற்றைக் கழுவிக் கொண்டிருந்த பாட்டியின் வாழ்க்கையோடு மெல்ல மெல்ல ஐக்கியமாகத் தொடங்கினான் ராமசாமி. வேறு வழியில்லை என்பதால். ஆனாலும் மனத்துக்குள் ஏதோ ஒரு மூலையில் பெற்றோர் பற்றிய வருத்தம் ராமசாமியை மேன்மேலும் முரடனாக்கிக் கொண்டே வந்தது.

சாப்பாடு சரியில்லை என்றாலும்கூட ராமசாமிக்கு குறும்புக் குணம் மட்டும் அளவுக்கு அதிகமாகவே இருந்தது. அக்கம் பக்கத்து வீடுகளுக்குச் சென்று அங்கிருக்கும் ஆடு, மாடுகளை அவிழ்த்துவிட்டுவிடுவான். நெல் மூட்டையைக் கோணி ஊசி கொண்டு ஓட்டைபோட்டு நெல் கொட்டுவதை ரசிப்பான். நாள் முழுக்கச் சேட்டைகள் செய்வதிலேயே நேரத்தைச் செலவழிப்பான்.

வீட்டுக்கு வருவோர் போவோரிடம் எல்லாம் நிறையப் பேச்சுக்கொடுப்பான். சில சமயங்களில் வார்த்தைகள் இசகு பிசகாக வந்து விழுந்துவிடும். முகம் சுளிக்கும் அளவுக்கு. அதற்காகப் பேச்சை மட்டும் நிறுத்திவிடமாட்டான் ராமசாமி.

சொல்ல வேண்டியதைச் சொல்லிவிட்டு எதைப் பற்றியும் கவலைப்படாமல் விளையாடப் போய்விடுவான். அவ்வப்போது ராமசாமியைப் பார்க்க வரும் வெங்கட்டரிடம் அந்த அம்மாள் புகாராகச் சொல்வார்.

பள்ளிக்கூடத்துக்கு அனுப்பினால் குறும்புகள் குறைய வாய்ப்பு உண்டா?

ஈரோட்டில் இருந்த திண்ணைப் பள்ளிக்கூடத்தில் சேர்த்து விட்டார். மிகவும் சிறிய அளவிலான ஓலைக்குடிசைதான் பள்ளிக்கூடம். நெருக்கியடித்துக்கொண்டு உட்கார்ந்தால் ஐம்பது குழந்தைகள் காலை மடக்கிக்கொண்டு உட்காரலாம். ஐந்து வயது தொடங்கி பதிமூன்று வரை உள்ள அத்தனை குழந்தைகளும் அந்த ஒரே குடிசையில்தான் பாடம்.

ராமசாமியைப் பள்ளிக்கூடம் மாற்றவில்லை. மாறாக, வீட்டில் செய்த குறும்புகள் பள்ளிக்கூடத்தில் பரிணாம வளர்ச்சி

பெற்றன. சக மாணவர்கள் மீது கைநீட்டும் அளவுக்கு வளர்ந்து விட்டான்.

பள்ளிக்குப் போகும் வழியில் வாணிபச் செட்டியார்கள், கூடை பின்னுபவர்கள், இஸ்லாமியர்கள் குடியிருப்புகள் நிறைய இருக்கும். அந்தப்பக்கம் செல்லும்போது யாரையும் தொடக்கூடாது. தொட்டால் தீட்டு. குளித்துவிட்டுத்தான் வீட்டுக்கு வரவேண்டும்.

அப்பாவின் உத்தரவு ராமசாமியை வெறுப்பேற்றியது. தொட்டாலாவது பரவாயில்லை. அவர்கள் வீட்டில் தின்பண்டம் எதையேனும் வாங்கிச் சாப்பிட்டது தெரிந்தால் அவ்வளவுதான். தொலைத்துவிடுவார் தொலைத்து.

ராமசாமிக்குப் புரியவில்லை. அந்த வீடுகளில் தண்ணீர் வாங்கிக் குடித்தால் என்ன செய்துவிடுவார்கள்? அவர்கள் வீட்டுத் தண்ணீர் மட்டும் ஒருவேளை கசக்குமோ? அதையும்தான் பார்த்துவிடுவோமே!

வழக்கமாக ராமசாமியை ஒத்த மாணவர்கள் எல்லாம் அருகில் இருக்கும் வாத்தியார் வீட்டுக்கு சென்று தண்ணீர் குடித்துவிட்டு வருவார்கள். அவர் சைவ சமயத்தைச் சார்ந்தவர். ஆனால் ராமசாமிக்கு மட்டும் வாணியச் செட்டியார் வீட்டுப் பைய னோடு சென்று அவனுடைய வீட்டில்தான் தண்ணீர் குடிப்பான்.

வந்ததும் மற்ற மாணவர்களிடம் தன்னுடைய தைரியத்தைப் பற்றி வாய்வலிக்கப் பேசுவான். எல்லோரும் அவன் சொல் வதைக் கேட்டுக் கொண்டிருப்பார்கள், வாயைப் பிளந்தபடி.

முதலில் தண்ணீர் வாங்கிக் குடித்த ராமசாமி பின்னர் பலகாரங்கள் வாங்கிச் சாப்பிட்டான். விஷயம் வெங்கட்டரின் காதுகளுக்குச் சென்றது. அப்படியே சின்னத்தாயின் கவனத்துக்கும். போதாக் குறைக்கு அவ்வப்போது மாணவர்களை அடித்துக் காயப்படுத்தி விடுவதாகப் புகார் வந்துகொண்டே இருந்தது வெங்கட்டருக்கு.

இனிமேலும் அவனை விட்டுவைப்பதில் அர்த்தமில்லை. நான்காவது பாரத்தோடு நிறுத்துவிட வேண்டியதுதான். முடி வெத்துவிட்டார். ராமசாமியின் திண்ணைப் படிப்பு முடிவுக்கு வந்துவிட்டது.

2. மண்டிக்கு வந்துடு!

ஆட்களை வைத்து ராமசாமியை வளைத்துப் பிடித்த வெங்கட்டர், இரும்பு வளையத்தைக் காலில் மாட்டி, அதனுடன் இணைக்கப்பட்ட இரும்புச் சங்கிலியின் மறுமுனையைச் சதுரமான மரக்கட்டையுடன் இணைத்துவிட்டார். அதிக எடை கொண்ட மரக்கட்டையை நகர்த்த முடி யாது. தூக்க முடியாது. நடந்தால் இரும்புவளை யம் தடுக்கும். அப்படித்தான் நினைத்தார் வெங் கட்டர். ஆனால் ராமசாமி அசரவில்லை. கட்டையைத் தூக்கித் தோளில் போட்டுக் கொண்டு கிளம்பிவிட்டான்.

சில காலம் பொறுமையாக இருந்த வெங்கட்டர், மீண்டும் அவனைப் பள்ளியில் சேர்த்து விட்டார். இப்போதும் மாணவர்கள் மீது கைநீட்டுவதை ராமசாமி நிறுத்தவில்லை.

ஆத்திரம் வந்தால் அடித்துப் போட்டு விடுவான். அதற்குப் பிராயச்சித்தமாக அலுக்காமல் ஆயிரம் தடவை தண்டனை வாசகம் எழுதித் தந்துவிட்டு மீண்டும் கலகம் செய்வதில் மும்முரம் காட்டத் தொடங்கி விடுவான்.

இதுநாள்வரை மாணவர்களை அடித்த ராமசாமி ஒருநாள் ஆசிரியரையே ஓங்கி அடித்து விட்டான். விஷயம் தெரிந்ததும் வெங்கட்டருக்கு தர்மசங்கடமாகிவிட்டது.

'இதென்னடா வம்பாகப் போய்விட்டதே' என்று நினைத்தவர் உடனடியாகப் பள்ளிக்கூடத்துக்கு ஆள் அனுப்பி ராமசாமியை வீட்டுக்கு அழைத்து வரச் சொல்லிவிட்டார். 'டேய் ராமசாமி. நாளைல இருந்து பள்ளிக்கூடத்துக்குப் போகவேணாம். மண்டிக்கு வந்துடு.'

மறுநாள் வெங்கட்டர் புறப்பட்டபோது கூடவே சந்தைக்குக் கிளம்பிவிட்டான் ராமசாமி.

'இங்க விக்கற மொளகா, புளி, மஞ்சளுக்குல்லாம் விலை குறிச்சு கொடுத்துட்டுப் போவேன். சத்தம் போட்டு விலையைச் சொல்லணும். அப்புறம் ரயில்ல ஏத்தற மூட்டைகளுக்கு மேல ஊரோட விலாசத்தை எழுதணும்.'

உற்சாகமாகத் தலையாட்டினான் ராமசாமி. அப்பா கொடுத்த வேலையைப் பக்குவமாகவும் லாகவமாகவும் செய்யத் தொடங்கினான். அப்பா வியாபாரத்தில் தேர்ந்தவர். அவர் பேசுவதை எல்லாம் அவ்வப்போது அருகில் இருந்து உன்னிப்பாகக் கவனித்தது இப்போது உபயோகமாக இருந்தது. பிரமாதமாகப் பேரம் பேசக் கற்றுக்கொண்டு விட்டான்.

ராமசாமியின் பேரம் பேசும் விதத்தைப் பார்த்ததில் வெங் கட்டருக்கு பரம சந்தோஷம். பேசிப் பேசியே நல்ல விலைக்குப் பொருள்களை விற்கத் தொடங்கினான். அனுதினமும் இதே வேலைதான். குறிப்பிட்ட நேரம் வரை வியாபாரம் நடக்கும். கூட்டம் குறையத் தொடங்கியதும் அக்கம் பக்கத்தில் உள்ள கடைக்காரர்களிடம் சென்று பேசத் தொடங்கிவிடுவான் ராமசாமி.

பேச்சு என்றால் வாயில் வரும் வார்த்தைகள் எல்லாம் குதர்க்கம். கேலி. கிண்டல். நையாண்டி. சாமி கும்பிடுபவர்களைக் கண்டாலே ராமசாமிக்கு சந்தோஷம் பொங்கி விடும். பக்தரிடம் எடக்கு மடக்கானக் கேள்விகளை எல்லாம் கேட்டுச் சங்கடப்படுத்துவான். பதில் சொல்லமுடியாமல் திணறுவதைப் பார்த்து ரசிப்பான். மேலும் மேலும் கேள்விகள் கேட்டு இம்சிப்பான்.

அதிலும் அருகில் இருக்கும் ராமநாத அய்யருடன் தலைவிதி, ராகு காலம், எமகண்டம் சாமி கும்பிடுவது பற்றியெல்லாம் எகத்தாளமாகப் பேசியே ஓய்வு நேரத்தைக் கழிப்பான் ராமசாமி. இதனால் சந்தையில் ராமசாமிக்கு நிறைய ரசிகர்கள். கடை வேலைகளை விட்டுவிட்டு ராமசாமியின் குதர்க்கப் பேச்சுகளை ரசிப்பார்கள். வில்லன்களும் கணிசமாக உண்டு.

வீட்டில் கண்ணம்மாள் என்ற பெண் குழந்தையும் பிறந்திருந்தது. நான்கு பிள்ளைகள் பிறந்த பிறகும் வெங்கட்டர் பூஜைகள் செய்வதில் சமரசம் செய்து கொள்ளவே இல்லை. நன்றிக்கடன். பூஜை நடக்கும்போது ராமசாமி வீட்டில் இருந்தால் புரோகிதர்களுக்கு சிம்ம சொப்பனம்தான். எல்லோரையும் கேள்விக் கணைகளால் துளைத்து எடுத்துவிடுவான் ராமசாமி. ஒருவேளை பதில் சொல்லிவிட்டாலும் பிரச்னைதான். எதிர்கேள்வி கேட்பான். திணறுவார்கள்.

ஆண்டுகள் நகர நகர ராமசாமியின் வியாபாரத் திறன் மெரு கேறிக்கொண்டே வந்தது. கூடவே, குதர்க்கக் குணமும். போதாக்குறைக்கு ஏராளமான நண்பர்கள். பகல் முழுக்க மண்டியிலேயே காலத்தைக் கழிக்கும் ராமசாமி, இரவானால் நண்பர்களுடன் ஆற்றங் கரைக்குச் சென்றுவிடுவான். கையில் இருக்கும் பணத்தை வைத்து நண்பர்களுக்கு மது வகையறாக் களை வாங்கித் தருவான்.

வெறுமனே சகவயது நண்பர்களுக்கு மட்டும் மது வாங்கித் தந்தால் பரவாயில்லை. தொழில் காரணமாக நெருக்கமான அதிகாரிகள், தொழிலதிபர்கள், பண்ணையார்கள், மிராசுதார்கள் எல்லோருக்கும் பாரபட்சமில்லாமல் மது விருந்து கொடுத்துச் சந்தோஷப்படுத்துவார். ஒருநாள் மூன்று பாட்டில்கள் காலி யாகும். இன்னொரு நாள் ஐந்து பாட்டில்கள் சர்வசாதாரணமாகக் காலியாகிவிடும்.

'டேய் ராமசாமி, இத்தனை பேருக்குச் செலவு பண்றே. நீயும் குடிச்சா என்னடா?

நண்பர்கள் தினம்தினம் வற்புறுத்துவார்கள். அலட்சியமாகச் சிரித்துவிட்டுக் கிளம்பி விடுவான். சோடா கலந்து கொடுக் கறதே போதை ஏத்துனமாதிரிதான் இருக்கு என்று சொல்லி நமுட்டு சிரிப்புச் சிரித்தபடியே நகர்ந்துவிடுவான். பிடிவாதக்

காரன் என்பதால் நண்பர்களும் வற்புறுத்துவதை நிறுத்தி விட்டார்கள்.

இரவு முழுக்கக் கூத்தடித்துவிட்டு அதிகாலை வீட்டுக்கு வந்து யாருக்கும் தெரியாமல் மண்டி சாவியை எடுத்துக் கொண்டு சந்தைக்குப் போய்விடுவான். சில சமயங்களில் வாயை ஊதச் சொல்லி சோதித்துப்பார்ப்பார் நாகம்மை. ராமசாமியின் இந்தப்போக்கு வெங்கட்டரையும் சின்னத்தாயையும் மன வருத்தம் அடையச் செய்திருந்தது.

மூத்த மகன் கிருஷ்ணசாமி சாந்தமே உருவாக, பெற்றோருக்கு அடங்கியவனாக, பக்திப் பழமாக அடக்க ஒடுக்கமாக, குடும்பத்துக்கு ஏற்றவனாக இருக்கும்போது இளையவன் ராமசாமி நண்பர்களுடன் சுற்றுவது, தீய வழிகளில் செல்வது வெங்கட்டரை அதிருப்தி அடையச் செய்திருந்தது. கால்கட்டுப் போட்டுவிட வேண்டும் என்று முடிவு செய்தனர்.

வெங்கட்டர் கொழுத்த பணக்காரர் என்பதால் ராமசாமிக்குப் பெண் கொடுக்க அக்கம் பக்கத்து ஊர்களில் இருந்த பல சீமான்களும் ஜமீன்தார்களும் ஆர்வம் செலுத்தினர். தன்னுடைய பொருளாதார வசதிக்குத் தகுந்த வீட்டில் மணப்பெண் தேடும் முயற்சியில் வெங்கட்டர் இறங்கி யிருந்தார். இந்தச் செய்தி அரசல் புரசலாக ராமசாமியின் காதுகளுக்கு வந்தது.

தூக்கிவாரிப்போட்டது ராமசாமிக்கு. சிறுவயதில் இருந்தே ராமசாமிக்கு உறவினர் பெண்ணான நாகம்மை மீது ஈர்ப்பு உண்டு. கல்யாண வீடுகளில் வைத்துப் பலமுறை பார்த்திருக் கிறார். சில சமயங்களில் பேசவும் முயற்சி செய்ததுண்டு. ஆனால் வெட்கப்பட்டு ஓடிவிடுவாள். நாகம்மாளிடம் ராம சாமிக்குப் பிடித்ததே அந்த வெட்கம்தான்.

எப்படியும் பெரியவனாகி அவளைத்தான் திருமணம் செய்து கொள்ள வேண்டும் என்று கணக்குப்போட்டு வைத்திருந்தான் ராமசாமி. நாகம்மைக்கும் ராமசாமியைப் பிடித்திருந்தது. ஆனால் வெளியே சொல்லவில்லை. சொல்லிவிட்டால் தொலைத்து விடுவார் அப்பா என்பதால்.

வெங்கட்டரின் முயற்சிகள் ராமசாமியை திடுக்கிட வைத்தன. அப்பாவிடம் போய் காதல் விவகாரத்தைச் சொல்லலாமா என்ற

தயக்கம் எல்லாம் ராமசாமிக்கு அப்போது இல்லை. எப்போதுமே இருந்ததில்லை.

'அப்பா, எனக்கு நாகம்மையை ரொம்பப் பிடிச்சிருக்கு. அவளையே கல்யாணம் செய்து வைச்சுடுங்க'

ராமசாமி சொன்னபிறகே நாகம்மையின் ஞாபகம் வெங்கட்டருக்கு வந்தது. வெங்கட்டரின் சொந்தக்காரர் பெண், நாகம்மை. அதிக வசதியில்லாத குடும்பம்.

இந்த ஒரு காரணத்துக்காகவே நாகம்மையைத் தன்னுடைய மருமகளாக்கிக் கொள்வதற்கு வெங்கட்டருக்குத் தயக்கம். ஆனால் ராமசாமி சொல்பேச்சு கேட்கமாட்டான். அவனுடைய பிடிவாத குணத்தை மாற்றமுடியாது. எல்லாமே வெங்கட்டருக்கு நன்றாகப் புரிந்திருந்தது.

'சரி, நாகம்மையையே பார்த்துப் பேசி முடிச்சுடலாம்'

சின்னத்தாய்க்குச் சந்தோஷமாக இருந்தது. ஆசை மகனுக்குக் கல்யாணம்.

●

ராமசாமியைத் தவிர வேறு ஒருவரை மணம் செய்துகொள்ள மாட்டேன் என்னும் வைராக்கியத்துடன்தான் இருந்தார் நாகம்மை. முன்பு ஒரு முறை இது பற்றிப் பேச்சு வந்தபோது, தன் பெற்றோரிடம் அழுத்தமாகச் சொல்லிவிட்டார். வேறு யாரையாவது மணம் முடிந்துகொள்ளச் சொன்னால், செத்துவிடுவேன்.

வரன் தேடி வந்தது. அதிர்ச்சியில் உறைந்துபோனார் நாகம்மையின் தந்தை. அவ்வளவு பெரிய பணக்காரர் வீட்டில் இருந்து பெண் கேட்டு வந்திருக்கிறார்கள். பேச்சு மூச்சே வரவில்லை. நாகம்மைதான் தகுதிக்கு மீறி ஆசைப்படுவதாக நினைத்தால் வெங்கட்டரே பெண் கேட்டு ஆள் அனுப்பியது ஆச்சரியமாக இருந்தது.

வெங்கட்டரின் வசதி வாய்ப்புகளை நினைத்தாலே நாகம்மையின் தந்தைக்கு மலைப்பு இன்னமும் அடங்கவில்லை. தங்களுடைய குடும்பத்தின் வசதி ஒன்றும் சொல்லிக் கொள்வது மாதிரி இல்லை என்பதால் நாகம்மையை இரண்டாம் தார

மாகவோ அல்லது வயதான மாப்பிள்ளைக்கோ கட்டிக் கொடுத்துவிடுவது என்பதுதான் அவருடைய திட்டம். இப்போது பணக்கார வீட்டு சம்பந்தம். இத்தனைக்கும் உறவினர் வேறு. அதற்காக அவ்வளவு பெரிய பணக்காரர் வீட்டுக்குப் பெண் கொடுத்தால் சரியாக இருக்குமா? நியாயமான தயக்கம்.

இருந்தாலும் வெங்கட்டரின் குணநலன்கள் நன்றாகத் தெரிந் திருந்ததால் சம்மதித்து விட்டார். நாகம்மை இனி ஈ.வெ.ரா. நாகம்மை.

3. காசிக்குப் போன சம்சாரி

பூஜையறையில் இருந்து வெளியேறிய சாம்பிராணிப் புகை வீட்டையே ஆக்ரமித்திருந்தது. உள்ளே அமர்ந்து சாமிப்படங்களுக்கு அலங்காரம் செய்து கொண்டிருந்தார் சின்னத்தாய். அவருக்கு ஒத்தாசையாகப் புது மருமகள் நாகம்மை. சற்றே பதற்றத்துடன்.

'ஏம்மா, புடைவை முந்தானையை இழுத்து சொருகாம போர்த்தியிருக்கே?'

'இல்ல... அதுவந்து அத்தை'

'சாமிக்குப் பூஜை பண்றப்போ அப்படியெல்லாம் சேலை கட்டக்கூடாது. சரி பண்ணிக்கோ'

அத்தையின் பேச்சைத் தட்டுவதற்கு வாய்ப்பில்லை. நடுங்கியபடியே முந்தானையைச் சரிசெய்தார். சட்டென்று சின்னத்தாயின் முகம் ஆத்திரத்தில் சிவந்துவிட்டது.

'நாகம்மை... எங்கே உன் கழுத்துல இருந்த தாலி?'

பதற்றத்தில் வியர்த்து விறுவிறுத்துவிட்டது நாகம்மைக்கு. நாக்கு ஒட்டிக்கொண்டதுபோல இருந்தது. தட்டுத்தடுமாறிப் பதில் சொன்னார்.

'அத்தை... அவர்தான் நான் இருக்கறப்போ எதுக்கு தாலின்னு கேட்டார்'

சின்னத்தாய்க்கு என்ன சொல்வது என்றே தெரியவில்லை. கிட்டத்தட்ட மூர்ச்சையாகி விட்டார். என்ன இவள்? திருமணம் ஆன புதிதில் அழைத்து உட்காரவைத்துச் சொன்ன புத்திமதிகள் என்ன ஆனது?

ராமசாமி நாத்திகம் பேசுவான். கெட்டப் பழக்கங்கள் நிறைய. மோசமான சகவாசங்கள். தாசி வீட்டுக்குப் போறான். அனைத்தையும் தடுத்து நிறுத்தவேண்டியது உன்னுடைய பொறுப்பு. எத்தனை முறை சொல்லியிருப்பேன்! தாலியைக் கழட்டச் சொன்னானாம். கழட்டிவிட்டாளாம்.

அம்மா எப்படிப்பட்டவர் என்பது ராமசாமிக்குத் தெரியாதா என்ன? அம்மா தன்னைப் பற்றி மருமகளிடம் என்னவெல்லாம் சொல்லிவைப்பார் என்பதை முன்கூட்டியே உணர்ந்து வைத்திருந்தார். ஆகவே, முதல்நாளில் இருந்தே நாகம்மையை மூளைச்சலவை செய்து தன்பக்கம் திருப்பும் முயற்சியில் இறங்கிவிட்டார் ராமசாமி.

வெள்ளி, செவ்வாய் கிழமைகளில் இறைச்சி எதையும் சமைக்கக் கூடாது என்பது சின்னத்தாய் போட்டிருந்த கறார் உத்தரவு. ஆனால் ராமசாமியோ சரியாக அந்தக் கிழமைகளில்தான் ஆட்டுக்கறி, மீன் வகையறாக்களைக் கேட்டு வற்புறுத்துவார். தர்மசங்கடத்தில் நெளிவார் நாகம்மை.

வேறுவழியில்லாமல் அசைவ உணவுகளைச் சமைத்து ராம சாமிக்குப் பரிமாறிவிட்டு, மீண்டும் குளித்தபிறகே வீட்டில் இருக்கும் மற்றவர்களுக்குச் சைவ உணவுகளைச் சமைக்க வேண்டியிருக்கும். விரதத் தினங்களாகக் குறிவைத்து அசைவ உணவு கேட்பதால் அந்தப் பழக்கத்துக்கே நாகம்மை அடிமை யாகிவிடுவார் என்பது ராமசாமி போட்ட கணக்கு.

அதிகாலையிலேயே குளித்துவிடுவது நாகம்மையின் வழக்கம். ஆனால் ராமசாமிக்கோ குளியல் என்றாலே வேப்பங்காய். அதீத

வற்புறுத்தலுக்குப் பிறகு உடம்பில் தண்ணீரை ஊற்றிக்கொள் வார். தான் குளிக்காமலேயே குளித்துமுடித்த நாகம்மையை மின்னல் வேகத்தில் சென்று தொட்டுவிட்டுக் கொல்லென்று சிரிப்பார் ராமசாமி. தீட்டு ஒட்டிக்கொண்டுவிட்டது என்று சொல்லி மீண்டும் குளிக்கச் சொல்லி விடுவார் சின்னத்தாய். நாகம்மை எரிச்சலடையவேண்டும் என்பதுதான் ராமசாமியின் நோக்கம். ஆனால், அவர் முகத்தைச் சுளித்துக்கொள்ளவே யில்லை. மீண்டும் மீண்டும் குளித்துக்கொண்டே இருந்தார்.

தனி அறைக்கு வந்ததும், தாலியைக் கழட்டிச் சட்டைப் பாக்கெட்டுக்குள் போட்டுக் கொள்வார் ராமசாமி. விடிந்ததும் தாலியைக் கொடுக்காமல் சந்தைக்குச் சென்றுவிடுவார். தாலி சங்கதி மாமியாருக்குத் தெரிந்துவிடாமல் இருப்பதற்காக நாகம்மை பகீரதப் பிரயத்தனம் செய்யவேண்டியிருக்கும். அப்படித்தான் ஒருநாள் அத்தையிடம் வசமாகச் சிக்கிக் கொண்டார் நாகம்மை.

•

திருமணமாகி ஆண்டுகள் பல கழிந்தாலும் குழந்தை பாக்கியம் மட்டும் ராமசாமி - நாகம்மை தம்பதிக்குக் கிடைக்கவில்லை. அத்தையின் கேள்விக்குப் பதில் சொல்லமுடியாமல் திணறுவார் நாகம்மை. விரதமிருந்து கோயிலுக்கு சென்று பூஜை செய்துவிட்டு வருமாறு சின்னத்தாய் சொன்னதை அடுத்து அடிக்கடி கோயிலே கதியென்று கிடக்க ஆரம்பித்தார் நாகம்மை.

எப்போது வீட்டுக்கு வந்தாலும் 'கோயிலுக்குப் போயிருக் கிறாள்' என்றுதான் சின்னத்தாய் சொல்வார். பொழுது விடிந்து பொழுது போனால் கோயிலில் அவளுக்கென்ன வேலை என்று அலுத்துக்கொண்ட ராமசாமி, இதற்கு உடனடியாகத் தடை போட்டுவிட வேண்டும் என்று நினைத்தார்.

நீண்ட நேரச் சிந்தனைக்குப் பிறகு குதர்க்கமான முடிவு ஒன்றுக்கு வந்தார். அதைச் செயல்படுத்தக் காத்திருந்தார்.

வழக்கம்போல ஒருநாள் கோயிலுக்குள் நுழைந்தார் நாகம்மை. எதிரே நான்கைந்து குண்டர்கள். பதறிவிட்டார். சில நொடிகளில் அந்தக் குண்டர்கள் நாகம்மையைக் கேலி செய்து மோசமாகப் பேசினர். தப்பித்தோம் பிழைத்தோம் என்று வாசலுக்கு ஓடிவந்துவிட்டார்.

இரவு வீட்டுக்கு வந்த ராமசாமியிடம் நடந்தை எல்லாம் ஒன்றுவிடாமல் சொன்னார்.

'பாத்தியா, நான்தான் சொன்னேன்ல. கோயிலுக்கெல்லாம் போகாதே.. ஆபத்துன்னு'

ஆறுதல் சொல்லிக்கொண்டே வாஞ்சையாக அணைத்துக் கொண்டார் ராமசாமி. எல்லாம் என்னுடைய ஏற்பாடுதானே என்று மனத்துக்குள் சிரித்துக்கொண்டார்.

இப்போதெல்லாம் ஒருநாளைக்குப் பலமுறை குளிப்பதில்லை நாகம்மை. நினைத்தநேரத்தில் கோயிலுக்குச் செல்வதையும் தவிர்த்துவிட்டார். ராமசாமியின் வாதங்கள் நாகம்மையைக் கொஞ்சம் கொஞ்சமாக மாற்றிக்கொண்டே வந்தன.

•

அன்னியோன்யத் தம்பதிகளான ராமசாமிக்கும் நாகம்மைக்கும் திருமணமாகி இரண்டாண்டுகள் கழித்து பெண் குழந்தை ஒன்று பிறந்தது. ராமசாமிக்கு சந்தோஷம் பிடிபடவில்லை. புதுத் துணிகள் எடுத்துக்கொடுத்து நாகம்மையை உற்சாகப்படுத்தினார். நண்பர்களுக்கு ஆற்றங்கரையில் மதுவிருந்து கொடுத்தார்.

ராமசாமியின் ஆனந்தம் அதிகபட்சம் ஐந்து மாதங்களே நீடித்தன. திடுதிப்பெனக் குழந்தை இறந்துவிடவே அதிர்ச்சியில் உறைந்து போனார். சிறுவயதில் இருந்தே கலகக்காரனாகவும் குறும்புக் காரனாகவும் தைரியமானவனாகவும் திரிந்த ராமசாமிக்கு தன்னுடைய குழந்தையின் மரணத்தை ஜீரணிக்கமுடியவில்லை. துவண்டு போனார். மண்டிக்கும் சரியாகச் செல்லாமல் நண்பர் கள் வீடுகளிலும் விலை மாதர்கள் வீடுகளிலும் முடங்கினார்.

விஷயம் வெங்கட்டருக்குச் சென்றது. ஆத்திரம் அளவுக்கு மீறி வந்தாலும் அடக்கிக்கொண்டு லேசுபாசாகச் சொல்லிப் பார்த்தார். ராமசாமி காதில் வாங்கிக்கொள்வதாகவே தெரிய வில்லை. போதாக்குறைக்கு விலை மாதர்களுடன் ராமசாமி சங்கமிக்கும் கடற்கரைக்கு நாகம்மையே ஆள் மூலம் சாப்பாடு கொடுத்து அனுப்புவது வெங்கட்டரை கொதிப்படையச் செய்தது.

ராமசாமியை வரவழைத்தவர் ஆத்திரம் தீரத் திட்டிவிட்டார். திருமணமான தன்னை மனைவி உள்ளிட்ட அத்தனை பேருக்கு

முன்னால் வைத்து இகழ்வாகப் பேசியது ராமசாமியை அதிருப்தியடையச் செய்தது.

'அத்தை... திடீர்னு அவரைக் காணலை. எல்லா இடத்துலயும் தேடிப்பார்த்துட்டேன்'

அலறிப் புடைத்துக்கொண்டு வந்தார் நாகம்மை. வெங்கட்டருக்குத் தூக்கிவாரிப்போட்டது. அக்கம் பக்கத்து ஊர்களுக்கு ஆள்களை அனுப்பினார். அவரும் தேடினார். கிடைக்கவில்லை.

•

கழுத்தில் திடகாத்திரமான தங்கச் சங்கிலி. கைவிரல்களைப் பகுதி அளவில் மறைத்துக் கொண்டிருந்த மோதிரங்கள். இடது கையில் தங்கக்காப்பு. காதுகளில் வைரக்கடுக்கண். இடுப்பில் தங்க அரைஞாண் கயிறு. ராமசாமியின் தோற்றம் இதுதான். எல்லோரும் அவரையே வெறித்துப் பார்த்தனர்.

ஓர் ஓரமாகச் சென்று எல்லா நகைகளையும் மூட்டையாகக் கட்டிக்கொண்டு ஆந்திராவுக்குள் வரும் பெஜவாடா நகரை நோக்கிப் புறப்பட்டார் ராமசாமி. வழிநெடுக நாகம்மை பற்றிய நினைவாகவே இருந்தது ராமசாமிக்கு. அவ்வப்போது சின்னத் தாயும் வெங்கட்டரும் நினைவுக்கு வந்துபோனார்கள்.

அங்கே கணபதி அய்யர், வெங்கட்ரமண அய்யர் என்ற இருவரும் ராமசாமியோடு பழக்கமானார்கள். அவர்கள் காசிக்குப் போகும் திட்டத்துடன் வந்திருந்தனர். முதலில், மூவருமாகச் சேர்ந்து ஐதராபாத் செல்லவேண்டும் என்று முடிவானது. முற்றும் துறந்த அந்த மூவரும் முதலில் கலந்து பேசியது அடுத்தவேளை சாப்பாடு பற்றித்தான்.

'மூணுபேரும் ஆளுக்கொரு பக்கமாகப் போய்ப் பிச்சை எடுத்துட்டு வருவோம். கிடைக்கற அரிசியை சமைச்சு சாப்பிடலாம். பக்கத்துலயே நல்ல சத்திரம் இருக்கு. அங்கேயே நிம்மதியா தங்கிக்கலாம்.'

கணபதி அய்யர் கொடுத்த யோசனைக்கு வெங்கட்ரமண அய்யரிடமிருந்து உற்சாகமான வரவேற்பு. ஆனால் கைவசம் இருக்கும் மூட்டையில் மறைந்திருக்கும் நகைகளும் கூடவே பிறந்த சுயமரியாதையும் ராமசாமியை யோசிக்கவைத்தன. இருந்தாலும் அப்பா கொடுத்த நகைகளை எதற்காக

எல்லோருடனும் பங்கு போட்டு வீணடிக்க வேண்டும்,
பேசாமல் அவர்கள் சொல்வதையே செய்துவிடலாம் என்று
முடிவெடுத்தார் ராமசாமி.

மூவருமாகச் சேர்ந்து ஐதராபாத் தெருக்களில் பிச்சையெடுக்கத்
தொடங்கினர். போதுமான அளவுக்கு அரிசி கிடைத்ததும்
சத்திரத்தில் வைத்துச் சமைத்துச் சாப்பிடுவார்கள். சாப்பிட்ட
பிறகு வேறெந்த வேலையும் இருக்காது. சத்திரத்துத் திண்ணை
யில் மூவரும் அமர்ந்து புராணங்களையும் இதிகாசங்களையும்
பற்றி வாய்வலிக்கப் பேசிக் கொண்டு பொழுது போக்கு
வார்கள்.

கணபதி அய்யருக்கும் வெங்கட்ரமண அய்யருக்கும் இந்து
புராணங்கள் மீது அபரிதமான மரியாதை. பக்தி. ராமசாமி
அவர்களைக் கேலி செய்வார். சாத்திரங்களை வம்புக்கு
இழுப்பார். ராமாயணத்தையும் மகா பாரதத்தையும் நடு வீதியில்
வைத்துத் தோலுரிப்பார்.

ராமசாமியின் எதிர்வாதம் சுவையாக இருப்பதால் வழியில்
போவோர் வருவோரெல்லாம் சத்திரத்தின் வாசலை ஆக்ரமிக்கத்
தொடங்கிவிடுவார்கள். கூட்டம் கூடியதும் ராமசாமி செய்யும்
கிண்டல் கேலிகளுக்கு வீரியம் அதிகரித்துவிடும். பொதுமக்கள்
எல்லாம் ரசித்து மகிழ்வார்கள்.

ராமசாமி கர்நாடகாவில் இருக்கும் பலிஜா நாயுடு இனத்தைச்
சேர்ந்தவர். தெலுங்கு மொழி நன்றாகவே தெரியும். இதுவே
அவருக்கென்று தனி ரசிகர் கூட்டத்தை உருவாக்கியிருந்தது.

ராமசாமியின் பிரதிவாதங்களுக்கும் பிரசங்கத்துக்கும் முருகேச
முதலியார் என்ற அரசு அதிகாரி ரசிகராகிவிட்டார். மணிக்
கணக்காக அவர்களுடைய வாதப்பிரதிவாதங்களை ரசிப்பார்.
ஒருநாள் அரட்டைக் கச்சேரி முடிந்தும் மூவரையும் அழைத்துப்
பேசினார் முதலியார்.

'உங்களுடைய பேச்சுக்கள் என்னைக் கட்டிப்போட்டு விடு
கின்றன. என் வீட்டில் இப்போதைக்கு யாருமில்லை. நீங்கள்
மூவரும் வந்து தங்கிக்கொள்ளுங்கள். அங்கேயே சமைத்துச்
சாப்பிடுங்கள். அதையே நானும் சாப்பிட்டுக்கொள்கிறேன்.
வரமுடியுமா?' என்று கேட்டார்.

முதலில் யோசித்த மூவரும் பிறகு முதலியாரின் தொடர்ச்சியான வற்புறுத்தலுக்குப் பிறகு சம்மதம் தெரிவித்தனர். மூட்டை முடிச்சுகளோடு முதலியார் வீட்டில் மூவரும் குடியேறி விட்டனர். சொன்னபடியே அவருடைய வீட்டில் சமைத்து, சாப்பிட்டுத் தங்கிக் கொண்டனர்.

காலையில் முதலியார் வேலைக்குச் சென்றுவிடுவார். உடனே ராமசாமியும் அவருடைய நண்பர்களும் பிச்சையெடுக்கக் கிளம்பி விடுவார்கள். நிறைய அரிசியும் காசுகளும் கிடைக்கும். அதை வைத்துக் காய்கறிகளை வாங்கிவந்து சமைத்துச் சாப்பிட்டனர்.

இங்கும் பொழுதுபோக்கு கதாக் காலட்சேபமும் எடக்கு மடக்கு வாதங்களும்தான்.

பிச்சையெடுக்கும் விஷயம் முதலியாருக்குத் தெரியாமலேயே நடந்தது. அலுவலகம் முடிந்து வீட்டுக்குச் சென்றபோது ஓர மாகச் சிந்திக்கிடந்த சில்லரைக்காசுகள் அவருடைய கவ னத்தைக் கலைத்தன. புரிந்துவிட்டது. கோபப்பட்ட முதலியார், தன்னுடைய நண்பர்கள் உதவியோடு மூவருக்கும் நிதி ஏற்பாடு செய்துகொடுத்தார்.

அதற்குப் பிரதியுபகாரமாக அவர்களுடைய வீடுகளில் ஏற்பாடு செய்யப்படும் கூட்டங்களில் வால்மீகி ராமாயணம் மற்றும் சமஸ்கிருதச் சங்கதிகளை எல்லாம் பேச, அவற்றை நகைச்சுவை ததும்ப விமரிசனம் செய்வார் ராமசாமி.

ஒரே மாதிரியான பேச்சு. ஒரே மாதிரியான மனிதர்கள். ஒரே மாதிரியான சாப்பாடு. மூவருக்குமே அலுத்துப்போய்விட்டது. பேசாமல் மூவரும் காசிக்குச் சென்றுவிடலாம் என்று முடிவு செய்தனர். ஆனால் முதலியாருக்கோ ராமசாமி உள்ளிட் டோரைப் பிரிவதில் தயக்கம்.

மன்றாடிப் பார்த்தார் முதலியார். ம்ஹூம். மூவரும் அசைந்து கொடுக்கவில்லை.

காசிக்குச் சென்றே தீருவது என்று தீர்மானமாகச் சொல்லி விட்டனர். கனத்த இதயத்துடன் மூவரும் கல்கத்தா செல்வதற்கான பயணச்சீட்டை எடுத்துக்கொடுத்து அனுப்பிவைத்தார் முதலியார். புறப்படுவதற்கு முன்னர் தன்னுடைய நகைகளை எல்லாம் முதலியாரிடம் கொடுத்துவிட்டு, தேவைப்படும்போது வாங்கிக்

கொள்வதாகக் கூறிவிட்டுப் புறப்பட்டார் ராமசாமி. கைவசம் ஒரேயொரு மோதிரம் மாத்திரமே இருந்தது ராமசாமி வசம்.

முதலியார் கொடுத்த நூறு ரூபாயை வைத்துக்கொண்டு கல்கத்தாவில் நாள்களை நகர்த்தத் தொடங்கினார்கள். சில நாட்களில் காசிக்குப் புறப்பட்டனர். காசியில் கால் பதித்த உடனேயே மற்ற இருவரும் ராமசாமியை விட்டு விலகி

விட்டனர். முதலில் வருத்தமாக இருந்தாலும் சமாளித்தாக வேண்டும் என்பதால் அமைதியாக இருந்துவிட்டார்.

காசிக்குப் போனால் காலாட்டிக்கொண்டே சாப்பிடலாம் என்று ஊரில் பேசியது எல்லாம் ராமசாமியின் நினைவுக்கு வந்தது. அதை நிரூபிக்கும்வகையில் ராமசாமியின் கண்களின் ஏராளமான மடங்கள் தென்பட்டன. பசி வயிற்றைக் கிள்ளியது. எதிரே தென்பட்ட மடத்துக்குள் நுழைய எத்தனித்தார். முரட்டுக்கரம் ஒன்று ராமசாமியைத் தடுத்து நிறுத்தியது. திரும்பிப் பார்த்தார்.

'நீ பிராம்மணனா?'

'இல்லையே... என்ன விஷயம்?'

மறுநொடி மடத்திலிருந்து வெளியேற்றப்பட்டார் ராமசாமி. அவமானத்தால் நொறுங்கிப் போனார். காதுகள் அடைபட்டது போன்ற உணர்வு. பசி. கண்கள் இருட்டிக்கொண்டு வந்தன. சட்டென்று ராமசாமியின் கவனத்தை ஈர்த்தன குப்பைத் தொட்டி யில் கிடந்த எச்சில் இலைகள். சாப்பிட்டவரின் கருணை காரண மாக பதார்த்தங்கள் சில இலையிலேயே எஞ்சிக் கிடந்தன.

ஆர்வ மிகுதியில் ஓடிச் சென்று இலையைக் கையால் வாரினார். தரையில் சம்மணமிட்டு வசதியாக அமர்ந்து கொண்டார். உணவுகளை எடுத்துத் தின்றபோது ராமசாமியின் கண்களில் நீர் முட்டிக்கொண்டுவந்தது.

அப்பாடா.. பசி போய்விட்டது. பரம சந்தோஷமாக இருந்தது. அடுத்தவேளைக்கு? நினைத்துப்பார்க்கவே பயமாக இருந்தது ராமசாமிக்கு.

பேசாமல் ஏதாவது ஒரு மடத்தில் வேலைக்குச் சேர்ந்து விடலாம். சம்பளத்துக்குப் பதிலாகச் சாப்பிட்டு வயிற்றைக் கழுவிக்கொள்ளலாம் என்று முடிவுசெய்தார் ராமசாமி. ஒவ் வொரு மடமாக ஏறி இறங்கினார். ஏற இறங்கப் பார்த்தார்களே தவிர எங்கும் அவரை வேலைக்குச் சேர்த்துக் கொள்ளவில்லை. அடித்து விரட்டாத குறைதான். யோசித்து பார்த்தபிறகே தனக்கு எதிரி தன்னுடைய மீசையும் தலைமுடியும் என்பது புரிந்தது.

'ப்பூ.. இவ்வளவுதானா' என்று நினைத்தவர் நாவிதரிடம் சென்று மொட்டை அடித்துக் கொண்டார். ஆசை ஆசையாக வளர்த்த

மீசையையும் கனத்த இதயத்துடன் காவு கொடுத்தார். ஒரு பூணூலை வாங்கித் தோளைச் சுற்றிப் போட்டுக்கொண்டார். மறுநொடியே வேலை தேடத் தொடங்கிவிட்டார்.

•

கங்கைக்கரையில் இருந்த கம்பீரமான மடம் அது. ஆற்றுக்குக் குளிக்க வந்திருந்த பிராமணர்கள் சிலரிடம் மெதுவாகப் பேச்சுக்கொடுத்தார். அப்படியே மடத்தில் ஏதாவது வேலை கிடைக்குமா என்று விசாரித்தார்.

நிமிர்ந்து பார்த்தவர்கள், 'பிராமணனா இருக்கறதால மடத்துக்கு வில்வ இலை பறிச்சுக்கொடு. விளக்குப்போடு. ஒருவேளை சாப்பாடு போடறோம்' என்று சொல்ல, உற்சாகமடைந்தார் ராமசாமி. எல்லாம் உடலின் நிறம் கொடுத்த வரம். நமட்டுச் சிரிப்புச் சிரித்துக்கொண்டார். அதேசமயம் அவர்கள் விதித்த நிபந்தனைகள் ராமசாமியை தடுமாற வைத்துவிட்டன.

'அதிகாலை ஐந்து மணிக்கெல்லாம் குளித்து முழுகிவிட வேண்டும். ஐந்தரை மணிக்கெல்லாம் வில்வ இலை சகிதம் மடத்துக்குவந்துவிடவேண்டும். விளக்குகளை ஏற்றிவைக்க வேண்டும்.'

வீட்டில் இருக்கும்போது ராமசாமிக்கு கிலியை ஏற்படுத்திய ஒரே சங்கதி, குளியல்தான். வாய்ப்புக் கிடைத்தால் நான்கைந்து நாள்களைக்கூடக் குளிக்காமலேயே ஓட்டிவிடக் கூடியவர். அவரைக் குளிக்க வைப்பதற்குள் சின்னத்தாய்க்கும் நாகம்மைக் கும் மேல்மூச்சுக் கீழ்மூச்சு வாங்கிவிடும்.

இங்கு என்னடாவென்றால் அதிகாலையிலேயே குளிக்க வேண்டும். அதுவும் ஆற்றுநீரில். குளிரை நினைத்தாலே உதற லாக இருந்தது ராமசாமிக்கு. ஆனாலும் அதை இப்போது வெளிக்காட்டினால் வேலைக்கு ஆபத்து என்பதால் மௌன மாகத் தலையசைத்துவிட்டார். இரவு முழுக்கக் குளியலைப் பற்றியே சிந்தனையாகவே இருந்தது ராமசாமிக்கு.

மறுநாள் அதிகாலை எழுந்த ராமசாமி நேராக ஆற்றங்கரைக்கு சென்றார். துண்டை எடுத்துத் தண்ணீரில் முக்கி எடுத்தார். நன்றாகப் பிழிந்துவிட்டு, உடம்பை நன்றாகத் துடைத்துக் கொண்டார். விபூதியைக் குழைத்துப் பட்டை பட்டையாகப் பூசிக் கொண்டார். அவ்வளவுதான். குளியல் முடிந்துவிட்டது.

தோட்டத்துக்கு சென்று வில்வ இலைகளைப் பறித்து மடத்தில் கொடுத்தார். சில சில்லரை வேலைகளைச் செய்தார். நன்றாகச் சாப்பிட்டுவிட்டு மடத்திலேயே படுத்துத் தூங்கிவிட்டார்.

முதல்நாள் கழிந்தது. பிரச்னை ஏதுமில்லை. மறுநாளும் அப்படியே. திடீரென ஒருநாள் ஆற்றங்கரையிலேயே கையும் களவுமாகப் பிடிபட்டுவிட்டார்.

'அடச்சே, சாப்பாட்டுக்காக மடத்தின் புனிதத்தையே கெடுத்துக் குட்டிச்சுவராக்கி விட்டாயே.'

அவ்வளவுதான். வேலை காலி. சாப்பாடு காலி. வெறுத்துப் போய்விட்டார் ராமசாமி.

மௌனமாக ஆற்றங்கரையை நோக்கி நடந்தார். அங்கே நீண்ட வரிசையில் பிச்சைக்காரர்கள் காத்திருந்தனர். அங்கே திவசம் போன்ற சடங்குகளைச் செய்தவர்கள் யாசகமாகத் தருகின்ற பழங்களையும் அரிசியையும் வாங்கிச் சாப்பிட்டார். அப்பாடா. ராமசாமிக்கு பெருமூச்சு வந்தது. ஓடிப்போய் வரிசையில் நின்றுகொண்டார். வாங்கிச் சாப்பிட்டார். ஆற்றங்கரை ஓரமாகவே படுத்துத் தூங்கினார். நிம்மதியான தூக்கம்.

கிட்டத்தட்ட இரண்டு மாதங்கள் வரிசை சாப்பாடும் ஆற்றங்கரை தூக்கமுமாகவே ஓடின. ஒருநாள் யாசகம் வாங்கிச் சாப்பிடும் பெண் ஒருவர் யாரோ ஒருவரிடம் ஆபாசமாகப் பழகுவதைப் பார்த்து விட்டார் ராமசாமி. அதிர்ச்சியாக இருந்தது.

நேற்றுவரை அன்பொழுகப் பழகக்கூடிய, நல்ல நடத்தை கொண்ட பெண் என்று நினைத்த அந்தப் பெண் எதற்காக அப்படி நடந்துகொள்ள வேண்டும்? உயிர்வாழ உணவு தேவை. அது தங்கு தடை இல்லாமல் கிடைக்கும்போது எதற்காக அந்தப் பெண் சோரம் போக வேண்டும்? அதுவும் எல்லோராலும் புண்ணிய பூமியாகப் போற்றப்படும் காசியில்?

அடுத்தடுத்து நாள்களில் பல பெண்களின் நடவடிக்கைகள் ராமசாமியை உறுத்தத் தொடங்கின. புரோகிதர்கள் பூஜை செய்ய வருபவர்களை ஏமாற்றும் வித்தைகள் ராமசாமியின் கவனத்தைக் கலைத்தன. மந்திரங்களைப் பாதியிலேயே நிறுத்திவிட்டு பூஜை முடிந்துவிட்டதாகக்கூறுவது, பரிகாரம் என்ற பெயரில் அதிகம்

காசு கேட்பது என்று எங்கு பார்த்தாலும் மோசடி. ஆபாசம். சட்டவிரோதம்.

காசியில் இருக்கும் பிராமணர்கள் எல்லாம் மோசமானவர்கள் என்று நினைத்த ராமசாமிக்கு தமிழ்நாட்டில் இருந்த பார்ப் பணர்களின் நடவடிக்கைகளும் அராஜகம் நிறைந்தவை என்பது நன்றாகவே புரிந்திருந்தது. ஆதிக்கச் சக்திகளாக விளங்கிவந்த பிராமணர்கள் எப்படி பிற சாதியினருடன் நடந்துகொள்வார்கள் என்பதெல்லாம் நினைவலைகளாகத் தென்பட்டன ராம சாமிக்கு.

அங்கே உட்காராதே.. இங்கே நுழையாதே. என்னைத் தொடாதே. தொட்டால் தீட்டு. நீ குளிக்கவேண்டிய அவசியம் இல்லை. ஆனால் நான் குளித்தே தீரவேண்டும். தீட்டு கழிக்க வேண்டும் இல்லையா. ராமசாமிக்கு இதுபோன்ற வார்த்தைகள் எல்லாம் வருத்தமடையச் செய்தன.

விளையாடும்போதுகூட மேல்சாதிச் சிறுவனுடன் கீழ்சாதியைச் சேர்ந்த சிறுவன் சேர்ந்து நிற்கக்கூடாது. அடி. உதை. வசவுகள். யாருக்கு? கீழ்சாதி சிறுவனின் பெற்றோருக்கு. எதிர்த்துப் பேச முடியாது. ஒரு வார்த்தை பேசினாலும் ஒரு வாரத்துக்கு வேலை கிடைக்காது. கைகட்டி, வாய்பொத்தி நின்றால் வேலை நிச்சயம். கூலி நிச்சயம். சாப்பாடு நிச்சயம்.

பிராமணர் ஒருவர் எதிரே வருகிறார் என்றால் தாழ்த்தப்பட்ட சமூகத்தைச் சேர்ந்த எவரும் சாலையில் நடக்கக்கூடாது. கிடைக்கும் சந்துகளில் ஒதுங்கி பிராமணர்கள் செல்வதற்கு வழிவிட வேண்டும்.

தோளில் துண்டு அணிவது என்பதைக் கனவிலும் தாழ்த்தப் பட்டவர்கள் நினைத்துப் பார்க்கக்கூடாது. இடுப்பில் கட்டிக் கொண்டு பயபக்தியுடன் பிராமணர்களுடன் பேசவேண்டும் என்பது எழுதப்படாத விதி.

மோசமான மனிதர்களைப் பார்த்துப் பார்த்து வெறுத்துப்போன ராமசாமிக்கு இப்போது காசி முற்றிலுமாக அலுத்துப்போனது. இனிமேலும் இங்கே நிம்மதியாகக் காலத்தைக் கழிக்கமுடியாது. எரிச்சல் மிகுதியில் தலையில் கைவைத்துக்கொண்டு உட்கார்ந்து விட்டார் ராமசாமி.

4. மண்டிக்கடை ராமசாமி

கேரளப் பகுதியில் இருக்கும் எல்லூருக்கு வந்து இறங்கியபோது நள்ளிரவு ஆகியிருந்தது. முகவரியை விசாரித்து வீட்டைக் கண்டுபிடிப் பதற்கும் மேல்மூச்சு கீழ்மூச்சு வாங்கிவிட்டது ராமசாமிக்கு.

'ஐயா, சுப்ரமணியப்பிள்ளை வீடுதானுங்களே'

அழைப்புக்குரல் கேட்டுப் பெரியவர் ஒருவர் கதவைத் திறந்துபார்த்தார்.

'நான் தாங்க ராமசாமி.. வெங்கட்ட நாயக்கர் மகன்'

தூக்கிவாரிப்போட்டது சுப்ரமணியபிள்ளைக்கு. என்னது நாயக்கர் பிள்ளையா? இத்தனை நாளும் எங்கே போயிருந்தார்? விறுவிறுவென ஓடிச் சென்று வாசல் கதவைத் திறந்தார். பொதுப் பணித் துறை அதிகாரியாக அரசாங்க வேலை பார்த்துக்கொண்டிருந்தவர் சுப்ரமணிய பிள்ளை. அப்போதே வெங்கட்ட நாயக்கருடன் பிள் ளைக்கு நல்ல பழக்கம் இருந்தது. அவருக்கும்

ராமசாமி விஷயம் நன்றாகவே தெரியும். ஓடிச் சென்று அவரை கட்டித் தழுவி வரவேற்ற பிள்ளை, முதலில் சாப்பாடு கொடுத்தார். முதலில் நன்றாகத் தூங்குங்கள். விடிந்ததும் பேசிக் கொள்ளலாம்.

பொழுதுவிடிந்ததும் சுப்ரமணிய பிள்ளை செய்த முதல்வேலை நாவிதரை வரவழைத்து ராமசாமிக்கு மழுங்கச் சவரம் செய்ய வைத்ததுதான்.

'தம்பி, அப்பாவுக்கு ஆள் அனுப்பிடவா?'

'அதெல்லாம் ஒண்ணும் தேவையில்ல பிள்ளைவாள். நான் சொல்லும்போது ஆள் அனுப்பினா போதும். அதுவரைக்கும் ஆந்திரா, காசின்னு நிறைய அலைஞ்சுட்டேன். ஒரு மாறுதலுக்காக உங்க வீட்லயே கொஞ்ச நாள் தங்கிக்கலாம்னு நினைக்கறேன்.'

'அடடே, சந்தோஷமா தங்குங்க. நாயக்கர் மகனுக்கு இல்லாத உரிமையா?'

●

ஒருநாள் ராமசாமியை சந்தைக்கு அழைத்துச் சென்றார் சுப்ரமணியப் பிள்ளை. அங்கே ஒவ்வொரு கடையாக ஏறி இறங்கிக் கொண்டிருந்தபோது சட்டென்று ஒரு எள் கடை ராமசாமியின் கவனத்தை ஈர்த்தது. கடைக்குள் நுழைந்து எள்ளைக் கைகளால் எடுத்துப் பார்த்தார். விலை விசாரித்தார். அடுத்த நொடி எள்ளை மூட்டையில் போட்டுவிட்டு நகர்ந்து விட்டார்.

கடை முதலாளிக்குக் கோபம் வந்துவிட்டது. அதேசமயம் ராமசாமி எள்ளை எடுத்துப் பக்குவம் பார்த்த விதம் அவரை ஆச்சரியப்படவைத்தது. சுப்ரமணியப் பிள்ளையை அழைத்து விசாரித்தார். தொழிலதிபர் வெங்கட்ட நாயக்கரின் மகன் என்று தெரிந்ததும் சட்டென்று முகம் மாறியது அந்த எள் கடை முதலாளிக்கு.

விறுவிறுவெனக் கடிதம் ஒன்றை எழுதினார். 'ஐயன்மீர்.. தங்களுடைய மகன் எமது கடைக்கு வந்து எம்மிடம் இருந்த எள்ளைத் தரம் பார்த்தார். விலை விசாரித்தார். ஆனால் எம் கடையில் சரக்கு வாங்காமல் வேறு கடையில் வாங்கும் நோக்கத்துடன்

வெளியேறிவிட்டார். இது நியாயமா? தாங்களுக்கு யாம் என்ன குறை வைத்தோம். தங்கள் மகனுக்குக் கடிதம் எழுதுங்கள்'

திரும்பத் திரும்பப் படித்தார். கண்களில் நீர் துளிர்த்தது வெங் கட்டருக்கு. மகன் கிடைத்துவிட்ட ஆனந்தத்தின் வெளிப்பாடு. அடித்துப்பிடித்துக்கொண்டு எல்லூருக்கு விரைந்தார். எள் முதலாளியின் உதவியோடு சுப்ரமணியப் பிள்ளையின் வீட்டுக்குச் சென்றார். வீட்டுக்குள் மகனைப் பார்த்ததும் வெங் கட்டருக்கு சந்தோஷம் பிடிபடவில்லை. சில மணி நேரம் மூவரும் பேசிக்கொண்டிருந்தனர்.

'ராமா, வீட்டுக்குப் போகலாமா?'

'ஆகட்டும்பா'

●

ராமசாமி வீட்டுக்குள் நுழைந்தபோது தொலைந்துபோன சந்தோஷமும் திரும்பி வந்திருந்தது. நீண்ட நாள்களுக்குப் பிறகு வீட்டில் சமைத்த உணவைச் சாப்பிட்டார். வீட்டை விட்டுக் கிளம்பியபோது எடுத்துச் சென்ற அத்தனை நகைகளையும் முருகேச முதலியாரிடமிருந்து வரவழைத்து வெங்கட்டரிடம் திரும்பக் கொடுத்தார் ராமசாமி. ஆச்சரியத்துடன் மகனைப் பார்த்தார் வெங்கட்டார்.

'எல்லா நகையும் இருக்குதே. சாப்பாட்டுக்கு என்ன செய்தே ராமா?

'ஈரோட்டில் நீங்கள் செய்த தான தர்மங்களுக்கான பலனை நான் காசியில் அறுவடை செய்துவிட்டேன்.'

●

அதிகாலை நேரம் அது. திடீரென வெங்கட்ட நாயக்கர் மண்டி யின் பெயர்ப்பலகை அகற்றப்பட்டது. புதிய பெயர்ப்பலகை பொருத்தப்பட்டது. ஈ.வெ. ராமசாமி நாயக்கர் மண்டி. மனம் திருந்தி வந்த பிள்ளையை உற்சாகப்படுத்த வேண்டும். அவருக்கென்று புதிய பாதையை வகுத்துத் தரவேண்டும். தந்தை என்ற முறையில் செய்ய வேண்டிய கடமைகள். செய்து விட்டார். வெறும் பெயர்ப்பலகையோடு நிறுத்தவில்லை.

‘ராமா, மண்டி வேலையை எல்லாம் இனி நீதான் பார்த்துக் கணும். வெளியூர் போய் சரக்கு வாங்குறதுல இருந்து ஆள்கூலி கொடுக்கற வரைக்கும் நீதான் செய்யணும். புரியுதா?’

பள்ளிப் பாலகனாக மண்டிக்குள் நுழைந்தபோது இருந்த உற்சாகம் கொஞ்சமும் குறையாமல் வேலை பார்க்கத் தொடங்கி னார் ராமசாமி. அக்கம் பக்கத்தில் இருந்த வியாபாரிகள் மீண்டும் அவருடன் நெருக்கமாகப் பழகத் தொடங்கினர். பழைய பழக்கவழக்கங்கள் எல்லாவற்றையும் புதுப்பித்துக்கொண்டார்.

தவிரவும், ஊரில் எந்த வீட்டில் நல்லது கெட்டது நடந்தாலும் அழைப்பு, அறிவிப்பு எதையும் எதிர்பார்க்கவில்லை. துளியும் தயக்கமில்லாமல் ஆஜராகத் தொடங்கினார். தன்னால் முடிந்த உதவிகளைச் செய்தார்.

●

‘அப்பாவை சமாதியில் அடக்கம் செய்யவேண்டும்.’

கோரிக்கை விடுத்தார் ராமசாமி. எல்லோரையும் ஆச்சரியப் பட்டுப் போனார்கள். ராமசாமியா இப்படிச் சொல்வது? தீவிர நாத்திகரான ராமசாமி சமாதிக்கு ஏன் வக்காலத்து வாங்குகிறார்? ஆச்சரியத்தை அடக்கமுடியாமல் கேட்டனர்.

ராமசாமியின் அண்ணன் கிருஷ்ணசாமிக்கோ தந்தையின் உடலை எரித்துவிடுவதுதான் நாம் கடைப்பிடிக்கும் சம்பிரதாயம். வைணவர்களைப் புதைப்பதில்லை என்றும் வலியுறுத்தினார்.

உடனே புதைக்கப்பட்ட வைணவர்களின் பட்டியலை எடுத்துக் கொண்டுவந்து எதிர்வாதம் செய்தார் ராமசாமி. இறுதியாக வெங்கட்டரின் விருப்பத்தோடு புதைப்பது என்றே முடிவு செய்யப்பட்டது. ஆம். தகப்பனார் உயிரோடு இருக்கும்போது அவருடைய வாரிசுகள் இருவரும் நடத்திய கூத்து இது.

ராமசாமி இத்தனை பிடிவாதத்துடன் விவாதத்தில் ஈடுபட்டதன் நோக்கம் பின்னர்தான் தெரியவந்தது. வெங்கட்ட நாயக் கருக்குச் சொந்தமான இடம் ஒன்றை ரயில்வே எடுத்துக் கொள்ள இருப்பதாக ஊருக்குள் அரசல் புரசலாகத் தகவல் கசிந்தது. இது ராமசாமியின் கவனத்துக்கும் வந்தது. எப்படி

யாவது நிலத்தைத் தக்கவைத்துவிட வேண்டும் என்று முடிவு செய்தார் ராமசாமி.

சட்டப்படி இதை எப்படி செய்யலாம் என்று யோசித்தவருக்கு சமாதி இருக்கும் இடத்தை அரசு கையகப்படுத்த முடியாது என்பது வசதியாக இருந்தது. இதற்காகவே வெங்கட்டரைப் புதைக்க வேண்டும் என்று முரண்டுபிடித்தார் ராமசாமி.

அதிகம் படிக்காவிட்டாலும்கூடச் சட்டத்தில் இருக்கும் நுணுக்கங்கள் பெரும்பாலானவை ராமசாமிக்கு அத்துப்படி. வர்த்தகர்களுக்குள் சண்டை வந்தால் வாதியோ, பிரதிவாதியோ சொல்லும் வாசகங்களுள் ஒன்று, 'வா, ராமசாமி நாயக்கர் கிட்ட பேசலாம்'.

இருதரப்பையும் உட்காரவைத்து, சகல விவரங்களையும் அலசிவிடுவார். முடிந்தவரை சமரசம் ஏற்படுத்தி அனுப்பிவிடுவார். கணக்கு வழக்கில் சிக்கல் என்றாலும் ராமசாமியிடம்தான் விஷயம் வரும். இதனால் வர்த்தகர்கள் மத்தியில் ராமசாமிக்கு பலத்த செல்வாக்கு. கொஞ்சம் கொஞ்சமாக ஊர் விஷயங்களில் தலையிடவேண்டிய நிர்ப்பந்தம் ராமசாமிக்கு ஏற்பட்டது.

ஊருக்குச் சாலை வசதி வேண்டுமா? ராமசாமியைப் போய்ப் பாருங்கள். வேலை வேகமாக நடக்கும். கோயிலுக்குக் கும்பாபிஷேகம் நடக்கவில்லையா? ராமசாமியிடம் சொன்னால் ஆகவேண்டியதைச் செய்வார். வியாபாரம். பஞ்சாயத்து. ஊர்க்காரியங்கள். இதுவே வாழ்க்கையானது. தொழிலதிபர்கள், அரசு அதிகாரிகள், ஜமீன்தார்கள், ஊர்ப்பெரியவர்கள் ஆகியோருடனேயே அதிக நேரத்தைச் செலவிட்டார் ராமசாமி.

ஒருநாள் நண்பர்கள் புடைசூழ வீட்டுத்திண்ணை ஒன்றில் உட்கார்ந்து பேசிக்கொண்டிருந்தார் ராமசாமி. ப்ளேக் நோய் பற்றி பேச்சு திரும்பியது.

'ஏம்ப்பா ராமசாமி, ப்ளேக் நோய்க்கு பயந்து நம்மூர் ஆளுங்க எல்லாம் அக்கம்பக்கத்து ஊருங்களுக்குப் போறாங்களாமே'

வருத்தமாக இருந்தது ராமசாமிக்கு. ஏதாவது செய்யவேண்டும். பாதிக்கப்பட்ட மக்களுக்குத் தேவையான உதவிகளைச் செய்ய வேண்டும் என்று தன்னுடைய நண்பர்களை உசுப்பேற்றினார்.

பாதிக்கப்பட்ட மக்களை மருத்துவமனைக்கு அழைத்துச் செல்வது, மருந்து மாத்திரைகளுக்கு பணம் கொடுப்பது என்று தன்னால் முடிந்த அத்தனை உதவிகளையும் செய்துகொடுத்தார் ராமசாமி.நோயால் பாதிக்கப்பட்டு உயிரிழந்தவர்களின் பிணங்களைத் தானே தன்னுடைய தோளில் சுமந்துசென்று அடக்கம் செய்யும் நடவடிக்கையில் இறங்கினார்.

தீவிர நாத்திகரான ராமசாமிக்கு ஈரோடு தேவஸ்தானக் கமிட்டியின் செயலாளர் பதவி வந்தது. அடிப்படையில் பூஜை புனஸ்காரங்களுக்கு எதிரி ராமசாமி. திருவிழாவுக்குப் பணம் செலவழிப்பது வெட்டி வேலை என்று அடிக்கடி சொல்லக் கூடியவர்.

ஆனாலும் நிர்வாகம், பொறுப்பு என்று வந்ததும் சுய கருத்துகளை எல்லாம் ஓரமாக வைத்துவிட்டு, பொது மக்களுடைய உணர்வுகளுக்கு மதிப்புக் கொடுக்கும் வகையில் திருவிழாக்களை எல்லாம் குறையில்லாமல் நடத்தினார்.

கணக்கு வழக்குகளை அதிகபட்ச நேர்மையுடன் கண்காணித்துக் கொண்டார். இதனால் கையிருப்பே இல்லாத நிலையில் பதவியேற்ற ராமசாமி கோயில் நிர்வாகத்தின் கணக்கில் நாற்பத்தைந்தாயிரம் ரூபாய் உபரியாகச் சேர்ந்தது.

ராமசாமியின் சேவை ஈரோட்டுக்கும் இன்னும் கூடுதலாகக் கிடைக்கவேண்டும் என்பதாலோ என்னவோ, அவருக்கு ஈரோடு நகராட்சி பாதுகாப்புக்குழுத் தலைவர் (சேர்மன்) பதவி வந்தது. பொதுவாகவே, ஊர் வேலையை வலியச்சென்று இழுத்துப் போட்டுக்கொண்டு செய்யக்கூடியவர். இதில் பொறுப்புவாய்ந்த பதவி வந்துவிட்டால் சும்மா இருந்துவிடுவாரா ? பம்பரமாகச் சுழன்று வேலை பார்க்கத் தொடங்கினார்.

பல ஆண்டுகளாகவே ஈரோட்டு மக்களுக்குக் குடிநீர் பிரச்னை இருந்தது. அதை முதலில் தீர்த்தால் என்ன? எந்த அதிகாரியைப் பார்த்தால் வேலை நடக்கும், எந்தத் துறைக்குக் கடிதம் எழுத வேண்டும் என்று விசாரித்து ஒன்றுவிடாமல் செய்து முடித்தார். ஈரோடு மக்களே நினைத்துப்பார்க்காத அளவுக்குக் குடிநீர் வசதிகள் செய்து முடிக்கப்பட்டன.

நகர மக்கள் நன்மைக்காக எவரையும் எதிர்க்கத் தயாராக இருந்தார் ராமசாமி. ஈரோடு சந்தையில் வர்த்தகர்களும்

வாடிக்கையாளர்களும் புழங்கும் இடம் மிகவும் குறுகலாக இருந்தது. அகலப்படுத்துவதற்கு இடையூறாகச் சில கட்டடங்கள் இருந்தன. அவற்றை இடிப்பதில் சிக்கல்கள் இருந்தனர். விஷயத்தை ராமசாமியின் காதுகளுக்குக் கொண்டு சென்றனர் அதிகாரிகள்.

'எல்லாமே பெரிய மனுஷங்களோட கட்டடங்கள். அதனால தான்' என்று தயங்கித் தயங்கிப் பேசினார்கள் அதிகாரிகள்.

'பொதுமக்களுக்கு நல்லது செய்றதுக்கு ஒருத்தன் இடைஞ்சலா இருக்கான்னா அவன் எப்படிய்யா பெரிய மனுஷன் பட்டியல்ல வருவான். நீ இடிக்கறதை இடி. வர்றதை நான் பாத்துக்கறேன்.'

5. காங்கிரஸ் கட்சியில்

'ஏம்ப்பா, ஈரோட்டுல வேலையெல்லாம் சிறப்பா நடக்கறதா கேள்விப்பட்டேன். யாருப்பா அங்க சேர்மன்?' இப்படிக் கேட்டவர் சேலம் நகர்மன்றத் தலைவர் ராஜகோபால். (ராஜகோபாலாச்சாரி என்றும் ராஜாஜி என்றும் இவரை அழைப்பது வழக்கம்).

ஈரோடு நகரசபையின் நிர்வாக முறை அக்கம்பக்கத்து நகர சபைகளின் கவனத்தை மெல்ல மெல்ல ஈர்க்கத் தொடங்கிய கால கட்டம் அது. வழக்கு விஷயமாக அடிக்கடி ஈரோடு வரும் ராஜகோபால் நகரசபையின் நடவடிக்கைகளை உன்னிப்பாகக் கவனித்துக் கொண்டிருந்தார்.

ஒருமுறை சேலம் நகரசபையில் இருந்து ஈரோடு நகரசபைக்குக் கடிதம் ஒன்று வந்தது. 'ஈரோட்டில் சுகாதார வேலைகள் சிறப்பாக நடப்பதையும் பராமரிக்கப்படுதையும் நேருக்கு நேர் பார்த்தோம். தங்களுடைய சுகாதாரத்துறை அதிகாரியை எங்கள் நகரசபைக்குத் தரமுடியுமா?'

ராஜகோபால் ஈரோட்டுக்கு வரும்போதெல்லாம் ராமசாமியை சந்தித்துப் பேசுவது வழக்கம். நலம் விசாரிப்பது, நகரமைப்புத் திட்டங்கள் பற்றிப் பேசுவது என்பதோடு சந்திப்பு முடிந்து விடும். அரசியல் பற்றி அதிகம் பேசிக்கொண்டதில்லை. ஆனாலும் எப்பாடு பட்டாவது ராமசாமியைக் காங்கிரஸ் கட்சிக்குள் கொண்டுபோய்ச் சேர்த்துவிட வேண்டும் என்றுதான் ஒவ்வொரு முறையும் நினைத்துக் கொண்டிருப்பார் ராஜ கோபால்.

அந்தக் காலகட்டத்தில் இந்தியா முழுக்க காங்கிரஸ் கட்சி நல்ல செல்வாக்குடன் இருந்தபோதும் தென்னாட்டில் குறிப்பாகத் தமிழ்நாட்டில் காங்கிரஸ் கட்சிகளுக்கு அத்தனை பெரிய செல்வாக்கு இல்லை. நீதிக்கட்சியே கோலோச்சிக் கொண்டிருந் தது. அவர்கள் வைத்ததுதான் சட்டம். சர்வம் நீதிக்கட்சி மயம்.

தமிழ்நாட்டில் காங்கிரஸ் கட்சியைப் பலப்படுத்த வேண்டும் என்றால் சக்திவாய்ந்த, வசீகரமிக்க செயல்வீரர் தேவை, அதுவும் பிராமணர் அல்லாதவர். இந்தக் காரணம்தான் ராஜகோபாலுக்கு ராமசாமி மீதான ஈர்ப்புக்குக் காரணம். முறைப்படி ராமசாமிக்கு அழைப்பு விடுத்தார் ராஜகோபால். ராமசாமியின் பதில் இது.

'ஆச்சாரியாரே, காந்தியார் சொல்ற மதுஒழிப்பு, தீண்டாமை ஒழிப்பு, விதவை மறுமணம், மதுஒழிப்பு எல்லாமே எனக்கு இஷ்டமான விஷயங்கள்தான். ஆனா காங்கிரஸ்ல நான் சேரணும்னா சில பிரச்னைகள் இருக்கு. அங்கே உங்க ஆளுங் களுக்குத்தான் அதிக முக்கியத்துவம் கொடுப்பீங்க. பாதிக்குப் பாதி பிராமணர் அல்லாதவங்களுக்கு வாய்ப்பு கொடுப்போம்னு உத்தரவாதம் கொடுத்தா இப்போ சேர்ந்துடறேன்.'

ராமசாமியின் நிபந்தனை வீரியமானது என்பதை உணர்ந்த ராஜாஜி, அடுத்த காங்கிரஸ் மாநாட்டில் அதற்கான ஏற்பாடு களைச் செய்துவிடலாம் என்று ஒப்புக்கு உத்தரவாதம் கொடுத்தார்.

'நீங்க உத்தரவாதம் கொடுத்தீங்கன்னா பேஷா சேர்ந்துடலாம்.'

ஒத்துழையாமை இயக்கத்துக்கு காந்தி அழைப்பு விடுத்திருந்த நேரம் அது. அதற்குத் தன்னுடைய ஆதரவைத் தெரிவிக்கும் விதமாக ராமசாமி தன்னுடைய நகரசபைத் தலைவர் பதவி உள்ளிட்ட 29 பதவிகளையும் ராஜினாமா செய்தார். ராஜாஜியும்

அவ்வண்ணமே சேர்மன் பதவியை ராஜினாமா செய்ய இருவரும் கைகோத்து காங்கிரஸ் கட்சிக்குள் பணியாற்றத் தொடங்கினர்.

•

'நாகம்மா, வீட்ல இருக்குற துணிமணிகளையெல்லாம் எடுத்துட்டு வா. நாடக கம்பெனியில இருந்து வரச் சொல்லி இருக்கேன். மூட்டைகட்டி அவங்ககிட்ட கொடுக்கணும்'

காரணம் புரியாவிட்டாலும் கேள்விகேட்க விரும்பாமல் மின்னல் வேகத்தில் பெரும்பாலான துணிமணிகளை மூட்டையாகக் கட்டிக்கொண்டு வந்தார் நாகம்மை.

சிறிது நேரத்தில் பிரபல நாடகக் கலைஞர்களான டி.கே. சண்முகம், டி.கே. பகவதி சகோதரர்கள் இருவரும் வந்தனர். ராமசாமிக்கு அவர்கள் மீது அன்பு அதிகம். நல்ல பழக்க வழக்கமும் இருந்தது. தேவைப்படும்போது உதவிகள் கேட்டால் செய்து கொடுப்பார். அந்தப் பழக்கத்தில் அவர்களை அழைத்துத் துணிமூட்டைகளை எடுத்து கொடுத்தார் ராமசாமி.

'பட்டுத்துணி, நைலான் துணியெல்லாம் இதுல இருக்கு. நாடக ஆள்களுக்கு உபயோகமாக இருக்கும். வேணுங்கறதை எடுத்து பயன்படுத்திக்கோங்க. நாங்கள் எல்லோரும் இனிமேல் கதராடைதான் உடுத்தப்போறோம்'

மறுநாளில் இருந்தே ராமசாமி உள்ளிட்ட அனைவருமே கதராடைக்கு மாறிவிட்டனர். மண்டிக்குப் போவதை நிறுத்தி விட்டு, கதர்த் துணிகளைத் தோளில் சுமந்தபடி விற்பனைக்குக் கிளம்பி விட்டார் ராமசாமி.

கூடவே, நாகம்மையும் கண்ணம்மாளும். சென்ற இடமெல்லாம் பேசினார். 'நம்ம ஆளுங்க கையால நெய்யற கதர்த் துணிகளை உடுத்துங்க. எதுக்காக வெள்ளைக்காரன் விக்கற துணியை உடுத்தணும். நம்ம ஆளுங்க சம்பாதிக்க வேணாமா?'

நேர்த்தியான கருத்து. பொருத்தமான உதாரணம். ஆங்காங்கே நகைச்சுவை. கிண்டல். கேலி. பேச்சைக் கேட்பவர்கள் அத்தனை பேரும் அப்படியே மயங்கிப் போய்விடுவது வழக்கம். ராமசாமியின் பேச்சுக்கு எல்லா இடங்களிலும் பலத்த வரவேற்பு. உள்ளூர் காங்கிரஸ்காரர்கள் எல்லாம் ராமசாமியை

தத்தமது ஊருக்குப் போட்டி போட்டு அழைத்துச் சென்று பேசவைத்தனர்.

•

1921 நவம்பர். கள்ளுக்கடை மறியலுக்கு அழைப்பு விடுத்தார் காந்தி. உற்சாகம் பொங்கக் களத்தில் இறங்கி விட்டார் ராமசாமி. வடமாநிலங்களில் எல்லாம் ஈச்ச மரங்களை வெட்டித்தள்ளிய செய்தி ராமசாமியின் காதுகளை வந்தடைந்தது. கள் தயாரிப் பதற்கு வடநாட்டில் ஈச்சமரம் பயன்படுத்தப்படும். விலை குறைவானது. ஆனால் தமிழ்நாட்டில் தென்னைமரம்தான். விலை அதிகம். ஆனாலும் அலட்டிக் கொள்ளவில்லை ராமசாமி.

'டேய், நம்ம தோட்டத்துல இருக்குற எல்லா தென்ன மரங் களையும் வெட்டி சாய்ச்சுடுங்க. காந்தியார் சொல்லிட்டார்'

சொன்னபடியே ஐநூறு தென்னை மரங்களும் வெட்டி வீழ்த்தப் பட்டன. அவருடைய போர்க்குணத்தைக் கண்டு ராஜாஜி உள்ளிட்ட காங்கிரஸ் தலைவர்களுக்கு ஆனந்த

அதிர்ச்சி. மரங்களை வெட்டி வீழ்த்தியதோடு கள்ளுக்கடை மறியல் போராட்டத்திலும் தன்னை ஈடுபடுத்திக் கொண்டார். சென்னை மாகாணம் முழுக்கப் போராட்டம் தீவிரமடைந்தது.

ஆத்திரமடைந்த அரசாங்கம் போராட்டத்துக்குத் தடை உத்தரவு பிறப்பித்தது. உடனடியாக ராமசாமி கைது செய்யப்பட்டார். அவருடன் ஏராளமான காங்கிரஸ்காரர்களும் கைது செய்யப் பட்டனர். ஆனாலும் போராட்டம் நிற்கவில்லை. தொடர்ந்து நடைபெற்றுக் கொண்டிருந்தது. உபயம். நாகம்மை மற்றும் கண்ணம்மாள்.

•

ராமசாமிக்கு திருப்பூர் மாநாட்டு நினைவாகவே இருந்தது. அந்த மாநாட்டில்தான் ராமசாமியின் உயிர்நாடிக் கோரிக்கையான வகுப்புவாரி இடஒதுக்கீடு தீர்மானமாகக் கொண்டுவரப்படும் என்று ராஜாஜி உறுதியளித்திருந்தார். அதற்கான உரைகளை தன் கையாலேயே தயாரித்து வைத்திருந்தார்.

பிராமணர் அல்லாதவர்களுக்கு கல்வியிலும் வேலைவாய்ப் பிலும் அவரவர் எண்ணிக்கைக்கு ஏற்ப நியாயமான இடஒதுக்கீடு

வழங்கப்படவேண்டும் என்பது ராமசாமியின் ஆகப்பெரிய கோரிக்கை.

இதைச் செய்து தருவதாக வாக்குறுதி அளித்தால் மட்டுமே காங்கிரஸில் சேரமுடியும் என்று ராஜாஜியிடம் வாக்குவாதம் செய்திருந்தார் ராமசாமி. தற்போது தன்னுடைய உயிர்நாடிக் கோரிக்கைக்குச் செயல்வடிவம் கொடுக்கும் முயற்சியில் இறங்கினார்.

மாநாடு கூடியது. ராமசாமி எழுந்து முக்கியத்துவம் வாய்ந்த அந்தத் தீர்மானத்தை முன்மொழிந்தார். பேசத் தொடங்குவதற்கு முன்பே மாநாட்டில் பலத்த சலசலப்பு. இடைவெளி விட்டு மீண்டும் பேசினார். மீண்டும் இரைச்சல். கட்டுப்படுத்த முடியவில்லை. பலத்த எதிர்க்குரலுக்கு இடையே தீர்மானத்தை வாசித்துவிட்டு அமர்ந்தார் ராமசாமி.

எல்லோரும் ராஜாஜியையே பார்த்தனர். நிலைமையைப் புரிந்துகொண்டார். 'நாயக்கரே, இந்த மாநாட்டில் வகுப்புவாரித் தீர்மானத்துக்கு எதிர்ப்பு அதிகமாக இருக்கிறது. கொஞ்சம் பொறுங்கள். வரும் மாநாட்டில் தீர்மானம் கொண்டுவரலாம். அதற்குள் பக்குவமாகப் பேசி எல்லோருடைய ஆதரவையும் திரட்டிவிடலாம்'

சமாளிக்கிறார் ராஜாஜி என்பது ராமசாமிக்கு நன்றாகவே புரிந்தது. ஆனாலும் எடுத்தேன் கவிழ்த்தேன் என்று முடிவெடுக்க வேண்டாம் என்று நினைத்தார். சட்டென்று தன்னுடைய ஆத்திரத்தைக் கட்டுப்படுத்திக் கொண்டார். மாநாட்டில் மீண்டும் பேச வாய்ப்புக் கிடைக்கும் வரை காத்திருந்தார். கிடைத்தது.

'காங்கிரஸ் உருப்படவேண்டும் என்றால் வர்ணாசிரமத்தின் உந்துசக்திகளான ராமாயணத்தையும் மனுதர்ம சாஸ்திரத்தையும் தீயிலிட்டுக் கொளுத்த வேண்டும்.'

●

காங்கிரஸ் கட்சிக்குள் பிராமணர்கள் ஆடும் ஆட்டத்தைத் தடுத்து நிறுத்தவேண்டும் என்று ராமசாமி நினைத்தது திருப்பூர் மாநாட்டுக்குப் பிறகுதான். நோக்கத்தைச் சாத்தியப்படுத்த வேண்டும் என்றால் சாதியை வேரோடும் வேரடி மண்ணோடும் அப்புறப்படுத்த வேண்டும். அது எத்தனை கூடுதலான

உழைப்பைக் கோருகின்ற விஷயம் என்பதை ராமசாமி நன்றாகவே உணர்ந்திருந்தார். இதற்காக அவர் வசம் இருந்த ஒரே ஆயுதம், நாக்கு. நாக்கு மட்டுமே.

பேசினார். ஓயாமல் பேசினார். வாய் வலிக்கப் பேசினார். ஊர் ஊராகச் சென்று பேசினார். வார்த்தைக்கு வார்த்தை அனல் பறந்தது ராமசாமியின் பேச்சில்.

'மனிதனை மனிதன் தொடக்கூடாது. பார்க்கக்கூடாது. தெருவில் நடக்கக்கூடாது. கோயிலுக்குப் போகக்கூடாது. பொதுக்குளத் தில் தண்ணீர் எடுக்கக்கூடாது. இது போன்ற கொள்கைகள் நிரம்பியிருக்கும் ஒரு நாட்டை பூகம்பத்தைக் கொண்டு அழிக்காமலோ, எரிமலைக் குழம்பு கொண்டு எரிக்காமலோ, சமுத்திரம் கொண்டு மூழ்கச் செய்யாமலோ, பூமிப்பிளவில் உள்வாங்காமலோ கடவுள் என்ற பெயரில் ஒருவர் இருக்கிறார் என்றால் அவர் எப்படிப்பட்டவர் என்பதை நீங்களே புரிந்து கொள்ளுங்கள். இம்மாதியான மக்கள் உயிரோடு இருப்பதைக் காட்டிலும் இறந்துவிடலாம்'

ஒரு பெருங்கூட்ட மக்கள் இன்று சமூக வாழ்வில் தீண்டப் படாதவர்களாகவும் மற்றொரு பெருங்கூட்ட மக்கள் சமூக வாழ்வில் சூத்திரர்கள், அடிமைகள், கூலிகள், தாசிமக்கள், இழி மக்கள் என்கின்ற பெயருடனும் இருந்து வருகிறார்கள் என்றால், இது மாறுவதற்கு அருகதை இல்லாத சுயராச்சியம் யாருக்கு வேண்டும்? இது மாறுவதற்கு இல்லாத மதமும், சாத்திரமும், கடவுளும் யாருக்கு வேண்டும்?

நமக்கு ஓர் அறிவு அதிகமிருந்தும் பயன் என்ன? மிருகங்களுக்கு ஓர் அறிவு குறைவு என்றாலும் சாதி இல்லையே! மிருகங் களுக்கு அறிவில்லாததின் பயன் சாதி இல்லை. நமக்குள்ள இழிவு, சாதியால் தானே, இதைச் சிந்திக்க வேண்டாமா?என்று கேட்டார் ராமசாமி.

மேலும் ஓரிடத்தில் உப்பு நீர்க் கிணறும், நல்ல தண்ணீர்க் கிணறும் உள்ளது என்றால் நல்ல தண்ணீரை ஒரு பகுதி அனு பவிக்கவேண்டும். உப்புத் தண்ணீரை மற்ற பகுதி மக்கள் அனு பவிக்க வேண்டும். இவர்கள் நல்ல தண்ணீரை உபயோகிக்க லாயக்கற்றவர்கள் என்றிருக்குமானால் அக்கொடுமை எவ்வளவு வேதனை தரக்கூடியது என்பதைச் சிந்திக்க வேண்டும்.

அப்பேர்ப்பட்ட வேதனைதரும் அளவுக்குச் சாதிமுறைகள் அமைக்கப்பட்டிருக்கின்றன.

ஒரு சிலர் மட்டும் சுகம் அனுபவிப்பதற்கென்றும் மற்ற பலர் வேதனைப்டுவதற்கென்றுமே அமைக்கப்பட்ட சாதிமுறைகள் இந்நாட்டை விட்டு அகலும்வரை நமக்குள்ள கொடுமைகள் நீங்காதென்பது திண்ணம் என்று எழுதினார் ராமசாமி.

ராமசாமியின் வேகத்தை அதிகப்படுத்தும் வகையில் வந்து சேர்ந்தது அந்தச் செய்தி.

கேரள மாநிலம் வைக்கத்தில் இருந்து. அங்குள்ள தெரு ஒன்றில் தாழ்த்தப்பட்ட மக்கள் நடமாடக்கூடாது. எழுதப்படாத சட்டம் இது. காலம் காலமாகக் கடைப்பிடித்தே தீரவேண்டும் என்று வாய்மொழி மூலமாக ஆதிக்கச் சக்திகள் சார்பாக பிறப்பிக்கப் பட்டிருந்த சட்டம் அது.

இதனை எதிர்த்துப் பொதுமக்களும் காங்கிரஸ்காரர்களும் தொடர்ந்து போராட்டம் நடத்தி வந்தனர். ஆனாலும் தடை நீக்கப்படாததால் போராட்டத்தைப் பலப்படுத்துவது என்று முடிவு செய்தனர் காங்கிரஸ் தலைவர்கள். குறிப்பாக ஜார்ஜ் ஜோசப், நீலகண்ட நம்பூதிரி உள்ளிட்டோர். இவர்கள் பின்னால் வீக்கம் பொதுமக்கள் அணிதிரண்டனர். போராட்டம் விஸ்வ ரூபம் எடுத்தது.

ஆத்திரமடைந்த அரசு கலவரத்தில் ஈடுபட்ட தலைவர்களையும் தொண்டர்களையும் அதிரடியாகக் கைது செய்யத் தொடங்கினர். இதனால் போராட்டத்தின் வீரியம் குறைந்தது. இது சிறையில் இருந்த ஜார்ஜ் ஜோசப் போன்ற தலைவர்களுக்கு அதிருப்தியை ஏற்படுத்தியது. எப்பாடு பட்டாவது போராட்டத்தைத் தொடர்ந்து நடத்தவேண்டும் என்று விரும்பினர்.

வெறுமனே தொண்டர்களை மாத்திரம் வைத்துப் போராட் டத்தைத் தொடரமுடியாது. அவர்களை வழிநடத்த சக்திவாய்ந்த தலைவர் தேவை. அத்தகைய சக்தி ஈரோட்டைச் சேர்ந்த ராமசாமிக்கே இருக்கிறது என்று சொன்னார் ஒரு தலைவர். அதனை மற்ற காங்கிரஸ் தலைவர்களும் வழிமொழிந்தனர். அத்தோடு உடனடியாகக் கடிதமும் எழுதிவிட்டனர்.

‘ஐயா, எங்களுடைய சக்திக்கு மீறிய விஷயத்தைத் தொடங்கி விட்டோம். ஆனால் அடக்குமுறை பலமாக இருக்கிறது. பெரும் பாலான தலைவர்களைக் கைது செய்துவிட்டார்கள். போராட் டம் நிறுத்தப்பட்டால் நம்முடைய மானம் பறிபோய்விடும். ஆகவே, தாங்கள் விரைந்து வந்து போராட்டத்தை வழிநடத்த வேண்டும்.’

சுற்றுப் பயணத்தில் ஈடுபட்டிருந்த சமயத்தில் ராமசாமிக்குக் கடிதம் வந்து சேர்ந்தது ரகசிய நபர் மூலமாக. மறுநொடியே மூட்டை முடிச்சுகளைக் கட்டிக்கொண்டு புறப்பட்டு விட்டார். அடிப்படையில் ராமசாமி கடவுள் மறுப்புக் கொள்கை கொண்டவர். எனினும் இந்த இடத்தில் ஆலய நுழைவுப் போராட்டத்தில் ஈடுபட்டதற்குக் காரணம், அது பார்ப்பணர் களின் தலையீடு இருக்கிறது என்பதுதான்.

ஆதிக்கச் சக்திகளான பார்ப்பணர்கள் பிற சாதியினரை அடக்க வும் ஒடுக்கவும் கடவுளையும் ஆலயத்தையும் பயன்படுத்து வதையும் அனுமதிக்க முடியாது என்பதுதான் ராமசாமியின் வாதம். அதற்காகவே வைக்கம் போராட்டத்தில் குதிப்பது என முடிவு செய்தார் ராமசாமி.

ராமசாமி வருகிறார் என்றதுமே வைக்கத்தில் போராட்ட நெருப்பு பற்றிக் கொண்டது. ரயிலில் வந்திறங்கிய அவருக்கு உற்சாக வரவேற்பு கொடுத்தனர். அத்தோடு ராமசாமியின் பின்னால் அணி திரண்டு போராட்டத்தில் ஈடுபட்டனர். திருவிதாங்கூர் மன்னருக்கு விஷயம் சென்றது.

‘என்னது.. ஈரோட்டிலிருந்து ராமசாமியார் வந்திருக்கிறாரா? திவானை அனுப்பி அவருக்கு வந்தனம் கூறச் சொல்லுங்கள். அவருக்குத் தேவையான அத்துனை வசதிகளையும் உடனடி யாகச் செய்துகொடுங்கள்.’

உத்தரவிட்டார் மன்னர். உடனடியாக அரண்மனை அதிகாரிகள் வந்து ராமசாமியை சந்தித்தனர். போராட்டத்தில் ஈடுபட்டவர் களுக்குச் சந்தேகம் வந்துவிட்டது. எங்கே போராட்டம் பிசு பிசுத்துவிடுமோ, ராமசாமி திரும்பிச் சென்றுவிடுவாரோ என்று பயந்தனர்.

‘வரவேற்பு எதுவும் தேவையில்லை. வைக்கம் தெருவில் தாழ்த்தப்பட்டவர்கள் நடமாடவேண்டும். அதைச் செய்தாலே

போதுமானது. முடியாவிட்டால் நான் என் வேலையைச் செய்கிறேன். அரசாங்கம் அதன் வேலையைச் செய்யட்டும்.'

களத்தில் இறங்கிவிட்டார் ராமசாமி. அவரைக் கைது செய்வதில் மன்னர் தயக்கம் காட்டினார். காரணம், பழக்கவழக்கம். அதுவும் பல வருடங்களுக்கு முந்தைய பழக்கம். திருவாங்கூர் மன்னர் எப்போதெல்லாம் டெல்லி செல்கிறாரோ அப்போதெல்லாம் ஈரோட்டில் இருக்கும் ராமசாமிக்குச் சொந்தமான விடுதியில் தங்கி, ஆற அமர ஓய்வெடுத்துவிட்டுச் செல்வது வழக்கம். அந்த நன்றியுணர்வு காரணமாகவே கைது செய்ய யோசித்தார் மன்னர்.

'அதெல்லாம் வாஸ்தவம் தான். பழக்கவழக்கம் வேற. போராட்டம் வேற. ராஜாவுக்காக போராட்டத்தை நிறுத்திக்கமுடியாது'

திட்டவட்டமாகச் சொல்லிவிட்டார் ராமசாமி. அதிருப்தியடைந்த மன்னர், ராமசாமி உள்ளிட்டோரைக் கைது செய்ய உத்தரவிட்டார்.

மற்ற தலைவர்களைக் கைது செய்த சமயத்தில் சுணங்கிப்போன போராட்டம், ராமசாமியைக் கைது செய்தபிறகு மேலும் சூடு பிடித்தது. ஈரோட்டில் இருந்து வந்த நாகம்மை, கண்ணம்மாள் ஆகியோரும் இன்ன பிறரும் போராட்டத்தைத் தொய்வு குன்றாமல் நடத்திச் சென்றனர். இதனால் போராட்டத்துக்குத் தடை உத்தரவு பிறப்பித்தார் மன்னர்.

அதனால் என்ன? அரசாங்கம் அதன் கடமையைச் செய்கிறது. நீங்கள் உங்கள் வேலையைப் பாருங்கள் என்று சொல்லிவிட்டார் ராமசாமி. இதனால் போராட்டம் அடங்குவதாக இல்லை. சிறையில் அடைக்கப்பட்ட ராமசாமிக்கு ஆறு மாதச் சிறைத் தண்டனை விதிக்கப்பட்டது.

ராமசாமி ஒருபக்கம் சிறையில் அடைக்கப்பட்டிருக்க, வெளியே போராட்டம் நடந்துகொண்டே இருந்தது.

இதற்கிடையே கேரள ஆதிக்கவாதிகள் சிலர் ராமசாமிக்கு எதிராக யாகம் ஒன்றை நடத்துவதாகவும் இதன்மூலம் போராட்டம் நடத்தும் ராமசாமிக்கு மரணம் ஏற்படும் என்றும் வதந்தி பரவத் தொடங்கியது. கேரள மக்களுக்கு உதறல் எடுத்து விட்டது. எங்கே நமக்காகப் போராட வந்தவர் உயிரையே விட வேண்டியிருக்குமோ என்று பதறினர்.

57

மறுநாள் திருவிதாங்கூர் சமஸ்தானமே அதிர்ந்துபோனது. ஆம். மன்னர் இறந்துவிட்டார். யாகம் எதிர்பலனைக் கொடுத்து விட்டதோ என்று நினைத்துப் பதைபதைத்து விட்டனர் யாகத் துக்கு ஏற்பாடு செய்தவர்கள். மன்னரின் மறைவையொட்டிச் சிறைக்கைதிகள் விடுதலை செய்யப்பட்டனர். அவர்களோடு வைக்கம் போராட்டத்தில் ஈடுபட்ட ராமசாமி உள்ளிட்டோரும் வெளியே வந்தனர்.

போராட்டம் மேலும் விஸ்வரூபம் எடுக்கும் என்று அஞ்சினார் திருவாங்கூர் ராணி. உடனடியாகக் கடிதம் எழுதினார். ராம சாமிக்கு அல்ல, காந்திக்கு. சில நாள்களிலேயே வைக்கத்தில் தாழ்த்தப்பட்டவர்கள் வைக்கம் தெருவில் நுழைவதற்கு அனுமதி வழங்கப்பட்டது.

ராமசாமி என்ற போராளிக்குக் கிடைத்த முக்கியத்துவம் வாய்ந்த வெற்றியாக வைக்கம் வெற்றி கருதப்பட்டது. இதுவிஷயமாக காந்தி கடிதம் ஒன்றைப் பத்திரிகையில் எழுதினார். அதில் ராமசாமி என்ற மனிதரைப் பற்றி ஒரு வார்த்தைகூட எழுத வில்லை. பிற பத்திரிகைகளும் வைக்கம் வெற்றியில் ராமசாமி யின் பங்களிப்பு குறித்து எழுதவில்லை. ராமசாமியின் ஆதர வாளர்கள் கொந்தளித்துவிட்டனர்.

ராமசாமியோ துளியும் அலட்டிக்கொள்ளவில்லை. நிதான மாகவே பேசினார். 'அவர்கள் பத்திரிகை அது. எதை எழுதுவது, எழுதாமல் இருப்பது என்பதை நாம் சொல்லித் தரக்கூடாது. அமைதியாக இருங்கள்.'

6. நீதியின் பீரங்கி

'அநேகப் பத்திரிகைகள் நம்முடைய நாட்டில் இருந்தாலும் அவை தங்கள் மனசாட்சிக்கு உண்மையென்று பட்டதைத் தெரிவிக்கத் தயங்குகின்றன. அதனால்தான் நான் பத்திரிகையை ஆரம்பிக்கிறேன். மற்ற பத்திரிகையைப் போல அல்லாமல், மனத்தில் பட்டதைத் தைரியமாகப் பொதுமக்களுக்கு உள்ளது உள்ளபடித் தெரிவிக்க வேண்டும் என்பது என்னுடைய அபிப்பிராயம்.'

மே 2, 1925 அன்று 'குடியரசு' தொடங்கப்பட்டது. இந்தப் பத்திரிகை உண்மை விளக்கம் பிரஸ் என்ற அவருடைய அச்சகத்தில் அச்சிடப்படும் என்றும் அறிவித்தார். ஒவ்வொரு வகுப்பும் முன்னேற வேண்டும், மக்களுக்குள் சுய மரியாதையும் சமத்துவமும் சகோதரத்துவம் ஓங்கி வளரவேண்டும், சாதி உணர்ச்சி ஒழிய வேண்டும் என்ற முப்பெரும் கொள்கைகளுடன் தொடங்கப்பட்டது குடியரசு.

குடியரசு பத்திரிகையில் ராமசாமி எழுதிய தலையங்கங்கள் காங்கிரஸ் கட்சிக்குள் பலத்த

அதிர்வுகளை ஏற்படுத்தின. வர்ணாசிரமத்துக்கு எதிராகவும் வகுப்பு வாரி உரிமைகள் குறித்தும் நிறைய கட்டுரைகள் எழுதப்பட்டன. தமிழ்நாட்டில் அப்போது பிரபலமாக இருந்த பத்திரிகை ஜஸ்டிஸ். பிராமணர் அல்லாதவர்கள் பற்றிய செய்திகளை வெளியிடும் பத்திரிகைகளில் முக்கியமானது இது மட்டுமே. ராமசாமியின் குடியரசு அந்தப்பணியை எடுத்துக் கொண்டு செயல்படத் தொடங்கியது.

ஜஸ்டிஸ் கட்சியை (நீதிக்கட்சி அல்லது தென்னிந்திய நல உரிமைச் சங்கம்) எதிர்த்து அரசியல் நடத்திவந்த ராமசாமிக்கு காங்கிரஸ் கட்சிக்குள் இருக்கும் பிராமண ஆதிக்கச் சக்திகளை எதிர்த்தும் போராட்டம் நடத்தவேண்டிய நிர்பந்தம் உருவானது. முக்கியமாக வ.வே.சுப்ரமணிய அய்யரின் நடவடிக்கைகளுக்கு எதிராக.

தமிழ்நாடு குருகுலம். வ.வே. சுப்ரமணிய அய்யர் என்பவரால் சிறுவர்களுக்காக நடத்தப்படும் ஆசிரமம். திருநெல்வேலி மாவட்டம் சேரன்மாதேவியில் இருக்கிறது.

அந்தக் குருகுலத்தின் பிரதானப் புரவலர்களுள் காங்கிரஸ் கட்சியும் ஒன்று. தமிழ்நாடு காங்கிரஸ் கட்சியின் செயலாளராக ராமசாமி இருந்த சமயத்தில்தான் அந்த ஆசிரமத்துக்குப் பத்தாயிரம் ரூபாய் நன்கொடை வழங்கப்படும் என்று அறிவிக்கப்பட்டு முதல் தவணையாக ஐந்தாயிரம் ரூபாய் தரப்பட்டிருந்தது.

இந்நிலையில் வ.வே.சு ஐயரின் ஆசிரமம் பற்றிய எதிர்மறை செய்தி ஒன்று ராமசாமியின் கவனத்துக்கு வந்தது. ஆசிரமத்தில் வர்ணாசிரமம் கடைப்பிடிக்கப்படுகிறது. அங்கிருக்கும் பிராமணர்களுக்கும் மற்றவர்களுக்கும் தனித்தனியாக உணவு பரிமாறப்படுகிறது. வெவ்வேறு ரகப் பாத்திரங்கள் பயன் படுத்தப்படுகின்றன. இப்படி ஒன்றிரண்டு அல்ல. பல செய்திகள். அடுத்தடுத்து.

உடனடியாக வ.வே.சு ஐயரைத் தொடர்புகொண்டு தன்னுடைய எதிர்ப்பைப் பதிவு செய்தார் ராமசாமி. அதற்கு ஐயர் சிறிதும் அலட்டிக்கொள்ளவில்லை. இதனால் ஆசிரமத்துக்கு எதிராகப் போராடுவது என முடிவு செய்தார். திடுதிப்பென காங்கிரஸ் அலுவலகத்துக்கு வந்த வ.வே.சு. ஐயர், தங்கள் ஆசிரமத்துக்கு

வரவேண்டிய ஐந்தாயிரம் நன்கொடையைக் கேட்டு ராம சாமியை சந்தித்தார். ஆனால் ராமசாமியோ வர்ணாசிரமத்தைக் காரணம் காட்டி பணம் தர மறுத்துவிட்டார். ஆத்திரம் வந்து விட்டது அய்யருக்கு. கட்சியின் இன்னொரு செயலாளரைத் தொடர்புகொண்டார். குசுகுசுவென்று பேசினார். அவ்வளவு தான். பணம் கைக்கு வந்து சேர்ந்தது. எடுத்துக்கொண்டு சேரன்மாதேவிக்குக் கிளம்பிவிட்டார்.

ராமசாமியின் உணர்வுகளைக் கடுமையாகச் சீண்டிவிட்டது ஐயர் செய்த காரியம். காங்கிரஸ் கட்சியில் இருக்கும் பிராமண ஆதிக் கத்தையும் வர்ணாசிரம உணர்வையும் அழித்தொழிக்காமல் விடப்போவதில்லை என்று சத்தம் போட்டுச் சொன்னார். தனக்கு ஒத்தாசையாகத் திரு.வி. கலியாணசுந்தரனார், டாக்டர் வரதராஜுலு நாயுடு, எஸ். ராமநாதன், தண்டபாணிப் பிள்ளை ஆகியோரை இணைத்துக்கொண்டு வ.வே.சு ஐயரின் தவறு களை எதிர்த்துப் போராட்டம் நடத்தினர்.

காங்கிரஸ் கட்சிக்குள் இருக்கும் பிராமணர்த் தலைவர்களுக்கும் பிராமணர் அல்லாத தலைவர்களுக்கும் இடையேயான மோதலாக இந்தப் போராட்டம் பார்க்கப்பட்டது. போராட்டம் விஸ்வரூபம் எடுத்ததை அடுத்து தமிழ்நாடு குருகுலம் காந்தியின் கவனத்துக்கு எடுத்துச் செல்லப்பட்டது.

நடந்ததை எல்லாம் விசாரித்த காந்தி, ‘வர்ணாசிரமம் ஆசிரமத் தில் கடைப்பிடிக்கப்படுவது கண்டிக்கத்தக்கது. எல்லா மாணவர் களையும் பாரபட்சமின்றி நடத்துங்கள். சமபந்தி போஜனம் நடத்துங்கள்’ என்று வ.வே.சு ஐயரிடம் கண்டிப்பாகச் சொன் னார். ஆனால் அய்யரோ காந்தியின் கருத்தை ஏற்கவில்லை.

‘எல்லா மாணவர்களையும் சமமாக உட்கார வைப்பதால் பிராமண மாணவர்கள் கெட்டுப்போய் விடுவார்கள். ஆகவே முடியாது.’

காந்தியே தலையிட்டபிறகும் வ.வே.சு ஐயர் முரண்டு பிடித்த தால் ராமசாமி வேறு பாதையில் இந்தப் பிரச்னைக்கு முடிவு கட்டத் தீர்மானித்தார், அமைதியான முறையில். ஆசிரமத்தின் புரவலர்கள் பட்டியலை எடுத்தார். அதில் பெரும்பாலானோர் பிராமணர்கள் அல்லாதோர். உடனடியாக அவர்களைத் தொடர்புகொண்டு ஆசிரமத்தில் என்ன நடக்கிறது என்பதைப் புட்டுப்புட்டு வைத்தார்.

அவ்வளவுதான். அடுத்த மாதத்தில் இருந்தே ஆசிரமத்துக்கு வரவேண்டிய நன்கொடைகளின் வரத்து மெல்ல மெல்லக் குறையத் தொடங்கியது. புருவத்தை உயர்த்தினார் வ.வே.சு ஐயர். பண வரவு குறைந்ததால் ஆசிரம நிர்வாகம் தடுமாறத் தொடங்கியது. அதன்பிறகே வ.வே.சு ஐயருக்கு ராமசாமியின் கைங்கர்யம்தான் இது என்பது புரிந்தது. சத்தமில்லாமல் சாதித்துவிட்டார் ராமசாமி.

இறுதி வெற்றி ராமசாமிக்கே என்றாலும் காங்கிரஸ் கட்சிக்குள் நிலவிய பிராமண ஆதரவு சூழல் அவரை அதிருப்தியடையச் செய்திருந்தது. இதை அதிகப்படுத்தும் விதமாக அப்போதைய நீதிக்கட்சி அரசாங்கம் கொண்டுவந்த அறநிலையப் பாதுகாப்புச் சட்டத்தைக் காங்கிரஸ் கட்சி எதிர்த்தது. இந்தச் சட்டத்தின்மூலம் இந்து மதத்துக்கே ஆபத்து வந்துவிட்டது என்றும் ஆட்சி யாளர்கள் வேண்டுமென்றே ஆலய நிர்வாகத்தில் தலையிட்டுச் சீர்குலைக்க எத்தனிக்கின்றனர் என்றும் குற்றம்சாட்டினர்.

ஆனால் ராமசாமியோ மற்ற பிராமண தலைவர்களின் கருத்தில் இருந்து முற்றிலுமாக மாறுபட்டார். அந்தச் சட்டத்துக்குச் சிவப்புக் கம்பள வரவேற்பு கொடுக்கவேண்டும் என்ற ரீதியில் பேசினார். அறநிலையப் பாதுகாப்புச் சட்டம் ஆலயங்களையும் அதன் சொத்துகளையும் பாதுகாக்கும் என்றும் நிர்வாகத்தை மேம்படுத்தும் என்று பேசினார்.

இது காங்கிரஸ் கட்சியின் பிராமணத் தலைவர்கள் மத்தியில் ராமசாமிக்கு எதிரான அதிர்வுகளை ஏற்படுத்தியது. அதேபோல ராமசாமிக்கும் காங்கிரஸின் பிராமண ஆதரவுப்போக்கு பற்றிய ஆத்திரம் அதிகரித்துக் கொண்டே வந்தது. அதே சினத்துடன் காஞ்சிபுரத்தில் நடைபெற்ற காங்கிரஸ் மாகாண மாநாட்டில் கலந்துகொண்டார் ராமசாமி. கடந்த பல ஆண்டுகளாகத் தான் வலியுறுத்திவரும் வகுப்புவாரித் தீர்மானத்தைக் கொண்டுவர முயற்சி செய்தார் ராமசாமி.

'தீர்மானத்தை அனுமதிக்கும் பட்சத்தில் நாங்கள் அனைவரும் காங்கிரஸ் கட்சியிலிருந்து விலகிவிடுவோம்.'

இப்படியொரு மிரட்டல் காங்கிரஸ் கட்சியின் பிராமணத் தலைவர்கள் தரப்பில் இருந்து வந்தது. இதனால் குழப்பத்தைத் தவிர்க்கும் வகையில் தீர்மானத்துக்கு அனுமதி தர மாநாட்டுத்

தலைவரான திரு. வி. கலியாண சுந்தரனார் மறுத்துவிட்டார். வெந்த புண்ணில் திரும்பத் திரும்ப வேலைப் பாய்ச்சுவதை நினைத்துக் கண்கள் சிவந்தன ராமசாமிக்கு.

'முதலியார் அவர்களே, இனியும் காங்கிரஸ் கட்சியால் பிராமணர் அல்லாத மக்களுக்கு எந்தப் பலனும் கிடைக்கப்போவதில்லை. இந்த நிமிடமே நான் காங்கிரஸ் கட்சியில் இருந்து வெளியேறுகிறேன். இனி சாதியையும் வர்ணாசிரமத்தையும் ஆதரித்துக் கொண்டிருக்கும் காங்கிரஸ் கட்சியை ஒழித்துக் கட்டுவதுதான் என்னுடைய முதல் வேலை.'

மாநாட்டுப் பந்தலில் அதிர்ச்சி பரவியது. காங்கிரஸ் கட்சியின் முக்கியத் தலைவரான ராமசாமி பிராமணர் அல்லாத மக்களின் நலனுக்காக வக்காலத்து வாங்கி மிகப்பெரிய கட்சியில் இருந்து வெளியேறிய செய்தி இந்தியா முழுக்க எதிரொலித்தது. என்ன நடக்கிறது தென்னகத்தில் என்று எல்லோருமே பதறினர். சமாதான முயற்சிகள் எதுவும் பலனளிக்கவில்லை. கைத்தடியை எடுத்துக்கொண்டு வெளியேறிவிட்டார் ராமசாமி.

ஆறு ஆண்டுகளாகக் காங்கிரஸ் கட்சியின் பிரசாரப் பீரங்கியாகச் செயல்பட்ட ராமசாமி விலகியதால் காங்கிரஸ் கட்சியில் இப்போது மிகப்பெரிய வெற்றிடம்.

●

கதர் ஆதரவு. காங்கிரஸ் எதிர்ப்பு. இந்த இரண்டு சங்கதிகள் மட்டும்தான் ராமசாமியின் மனத்தில் இருந்தன. பேசுவதற்கும் திராணி இருக்கிறது. எழுதுவதற்கும் தெம்பு இருக்கிறது. ஆகவே எந்தக் கட்சியிலும் சேரப்போவதில்லை என்ற முடிவுக்கு வந்திருந்தார் ராமசாமி. துணிமணிகளை மூட்டையாகக் கட்டிக் கொண்டு ஊர் ஊராகப் பிரசாரத்தில் ஈடுபட்டார்.

இப்போது ராமசாமி எந்தக் கட்சியிலும் உறுப்பினராக இல்லை. எந்த நகரசபைக்கும் தலைவர் இல்லை. ஆனாலும் அவருக்காகக் கூட்டம் கூடியது. காங்கிரஸ் கட்சிக்கு எதிராக, ஜாதிக் கொடுமைகளுக்கு எதிராக, வர்ணாசிரமத்துக்கு எதிராக, வகுப்புவாரி இடஒதுக்கீட்டுக்கு ஆதரவாக என்று அவர் வாயிலிருந்து வெளியேறிய ஒவ்வொரு வார்த்தையிலும் அனல் பறந்தது. பொதுக்கூட்டங்களின் பிரம்மாண்டத்தைக் கண்டு காங்கிரஸ் தலைவர் மிரண்டுபோனார்கள்.

1926 நவம்பரில் பொதுத்தேர்தல் அறிவிக்கப்பட்டது. ராமசாமி யாரை ஆதரிக்கப் போகிறார் என்று எல்லோருமே ஆவலுடன் எதிர்பார்த்தனர். அவருடைய நடவடிக்கைகள் எல்லாம் காங்கிரஸ் கட்சிக்கு எதிரானதாக இருந்ததால் அவருக்கு நீதிக்கட்சியை ஆதரிப்பதைத் தவிர வேறு வழியில்லை என்று நீதிக்கட்சித் தலைவர்கள் நினைத்தனர். ராமசாமியிடம் இருந்து அறிக்கை வெளியானது.

'திறமையான, பிராமணர் அல்லாத மக்களுக்கு உதவக்கூடிய, சுயநலமற்ற, பொதுமக்களுக்குச் சேவை செய்யக்கூடியவர்கள் மாத்திரமே சட்டசபைக்குள் நுழைவதற்கானத் தகுதிகளை உடையவர்கள். அப்படிப்பட்டவர்களை மாத்திரமே தேர்ந் தெடுத்து வெற்றி பெறச் செய்யுங்கள்'

அந்தத் தேர்தலில் சுயராஜ்யக் கட்சி அமோக வெற்றி பெற்றது. பின்னணியில் இருந்தவர் ராஜாஜி. நீதிக்கட்சி படுதோல்வியை சந்தித்தது. இதனால் நீதிக்கட்சித் தலைவர்களும் தொண்டர் களும் சோர்வின் உச்சகட்டத்துக்குச் சென்றனர். ஆனால் ராம சாமியோ அறிக்கை மூலம் நீதிக்கட்சியினரை மறைமுகமாகத் தேற்றினார்.

காங்கிரஸ்காரர்கள் என்ற பெயரில் நாட்டில் செயல்பட்ட பிராமண ஆதிக்கச் சக்திகளே தற்போது சுயராஜ்யக்கட்சியினர் என்ற புதிய பெயரில் ஆட்சி அதிகாரத்துக்குள் நுழைந் துள்ளனர். ஆகவே, பிராமணர் அல்லாத மக்களுக்கு ஆதர வாகப் போராட வேண்டிய பொறுப்பு நீதிக்கட்சிக்கே இருக் கிறது என்றும் அதைத் தவிர வேறு எந்தக் கட்சிக்கும் தற்போது பொறுப்பு இல்லை என்றும் பேசினார். ராமசாமியின் இந்தப் பேச்சு நீதிக்கட்சியினரை உற்சாகம் கொள்ளவைத்தது.

என்னதான் காங்கிரஸ் கட்சியில் இருந்து வெளியேறிவிட்டாலும் கூட ராமசாமிக்கு இன்னமும் காந்தியின் மீதான நம்பிக்கை மட்டும் கொஞ்சம் ஒட்டிக்கொண்டிருந்தது. அந்தச் சமயம் காந்தி பெங்களூருக்கு வருவதாகத் தகவல் கிடைத்தது ராமசாமிக்கு. உடனடியாக அவரை சந்தித்துப் பேசவேண்டும் என்று விரும்பி னார். ராஜாஜி அதற்கான ஏற்பாடுகளைச் செய்துகொடுத்தார்.

அப்போது மூன்று முக்கிய கோரிக்கைகளை காந்தியின் பார்வைக்கு வைத்தார் ராமசாமி. இந்தியா விடுதலை பெற

வேண்டும் என்றால் முதலில் காங்கிரஸ் ஒழிய வேண்டும். சாதியை ஒழிக்க வேண்டும் என்றால் அதன் மூலக்காரணியான இந்து மதத்தை ஒழிக்கவேண்டும். இறுதியாகப் பார்ப்பண ஆதிக்கத்தை ஒழிக்கவேண்டும்.

எல்லாவற்றையும் அமைதியாகக் கேட்டுக்கொண்ட காந்தி, 'நாம் இரண்டொரு முறை சந்தித்துப் பேசினால் நன்றாக இருக்கும்' என்று விடைகொடுத்தார். விஷயத்தை ராஜாஜியிடம் சொல்லிவிட்டு வந்தார் ராமசாமி.

'இனியும் காந்தியுடன் பேசுவதில் அர்த்தமில்லை'

•

1927. பிராமணர் அல்லாதார் உரிமைகளை வலியுறுத்தும் வகையில் மாநாடுகள் சில நடத்தப்பட்டன. அவற்றில் எல்லாம் மற்ற நீதிக்கட்சித் தலைவர்களோடு இணைந்து கலந்துகொண்டார் ராமசாமி. அப்போதெல்லாம் காங்கிரஸ் கட்சியில் இருந்தபோது வலியுறுத்திய கதர், மது ஒழிப்பு, வகுப்புவாரி இட ஒதுக்கீடு ஆகியன பற்றி வாய்

வலிக்கப் பேசினார்.

நீதிக்கட்சித் தொண்டர்கள் மத்தியில் ராமசாமியின் செல்வாக்கு மெல்ல மெல்ல உயர்ந்து கொண்டே போனது. ராமசாமியின் கதர்ப் பிரசாரம் காரணமாக நீதிக்கட்சித் தொண்டர்கள் கதராடை அணியத் தொடங்கினர்.

பிராமணர் அல்லாதவர்கள் முதலில் சுயமரியாதை உள்ளவர்களாக மாறவேண்டும் என்று பேசிய ராமசாமி, நம்மிடம் இருக்கும் மூட நம்பிக்கைகளை, மூடப் பழக்கவழக்கங்களை எல்லாம் தயவு தாட்சண்யம் பார்க்காமல் விட்டொழிக்க வேண்டும். அதன்பிறகே ஆட்சியதிகாரம் பற்றி எல்லாம் சிந்திக்க வேண்டும். எல்லோரும் சமம் எனும்போது எதற்காக ஒரு பிரிவினரை மாத்திரம் பிராமணன் என்று அழைத்து நம்மை நாமே தாழ்த்திக்கொள்ள வேண்டும் என்று கேட்டார் ராமசாமி.

ராமசாமியின் பிரசாரத்துக்கு மக்கள் மத்தியில் ஏற்பட்ட வரவேற்பு காங்கிரஸ் கட்சியினர் மத்தியில் கிலியை ஏற்படுத்தியது. அவருக்குப் பதிலடி கொடுத்தாக வேண்டிய நிர்பந்தம்

உருவானது. இதன் விளைவாக காந்தியை வரவழைத்து வர்ணாசிரம ஆதரவு பிரசாரத்தைச் செய்தது காங்கிரஸ் கட்சி.

காந்திக்கும் ராமசாமிக்கும் இடையே ஏற்பட்டிருந்த பிளவை மேலும் அதிகப்படுத்தும் விதமாக 1927ல் இந்தியாவுக்குள் வந்து இறங்கியது சைமன் குழு. இந்தியாவுக்கான அரசியல் உரிமைகள் பற்றி ஆராய்ச்சி செய்யவும் தலைவர்களுடன் விவாதிக்கவும் சர் ஜான் சைமன் என்பவர் தலைமையில் வந்த அந்தக்குழுவை காந்தி கடுமையாக எதிர்த்தார். ஆனால் ராமசாமியோ சைமன் குழுவைப் பட்டவர்த்தனமாக வரவேற்றார். இந்த முடிவு நீதிக்கட்சியினரை ஆச்சரியப்படுத்தியது. உடனே தன்னுடைய குடியரசு இதழில் சைமன் கமிஷனை ஏன் ஆதரிக்கவேண்டும் என்பதை விளக்கித் தொடர்ந்து தலையங்கங்கள் எழுதினார் ராமசாமி.

முக்கியமாக, வர்ணாசிரமத்தைக் கடைப்பிடிக்கும் காங்கிரஸ் போன்ற இயக்கங்களிடம் இருந்து பார்ப்பணர் அல்லாத மக்களுக்கு விடுதலை கிடைக்க வேண்டும் என்றால் சைமன் கமிஷன் முன் ஆஜராகி காங்கிரஸ் கட்சியின் பொய்முகத்தைக் கிழித்தெறிய வேண்டும். நம்முடைய வலிகளை உணர்த்த வேண்டும் என்று எழுதினார் ராமசாமி. இதன்பிறகே சைமன் கமிஷனை நீதிக்கட்சி வரவேற்றது.

ராமசாமியின் பிரசார வேகம் அதிகரித்துக்கொண்டே சென்றது. இந்நிலையில் திடீரென நீதிக்கட்சித் தலைவராக இருந்த பனகல் அரசர் மரணம் அடைந்ததால் நீதிக்கட்சியினர் துவண்டு போனார்கள். அவர்களை உற்சாகப்படுத்தும் பொறுப்பை ராமசாமி ஏற்றுக் கொண்டார்.

இடைப்பட்ட காலத்தில் சுயமரியாதை இயக்கத்தைத் தொடங்கியிருந்தார் ராமசாமி. அதன் சார்பாக பிப்ரவரி 17, 1929ல் செங்கல்பட்டில் சுயமரியாதை மாகாண மாநாடு ஒன்றுக்கு ஏற்பாடு செய்யப்பட்டது. இந்த மாநாட்டில் ராமசாமியின் உயிர்நாடிக் கொள்கைகள் பலவும் தீர்மானங் களாக நிறைவேற்றப்பட்டன. விதவைத் திருமணத்தை ஆதரியுங்கள், கலப்புத் திருமணத்தை ஊக்கப்படுத்துங்கள், சாதிப் பட்டங்களைத் துறந்துவிடுங்கள், கோவில்களில் இடைத்தரகர்களைத் தவிர்த்துவிடுங்கள், புரோகிதத்தை ஒழியுங்கள். இன்னபிற.

சுயமரியாதைத் திருமணம் நடத்துகிறார் பெரியார்

இளைஞர்கள் மத்தியில் சுயமரியாதை இயக்கம் மீதும் ராமசாமி மீதும் பலத்த ஆதரவு உருவாகத் தொடங்கியது. கலப்புத் திருமணம் பற்றி மேடைக்கு மேடை பேசினார் ராமசாமி. விதவைத் திருமணத்தின் அவசியம் பற்றியும் பொதுமக்களிடம் நேரடி விவாதத்தில் ஈடுபட்டார். பலன் உடனடியாகக் கிடைத்தது. ராமசாமியின் தலைமையில் ஆங்காங்கே கலப்பு மற்றும் விதவைத் திருமணங்கள் அடிக்கடி நடத்தப்பட்டன. நிறைய சுயமரியாதைத் திருமணங்கள் நடைபெற்றன. ராமசாமியே பல சுயமரியாதைத் திருமணங்களை நடத்திவைத்தார்.

அந்தச் சமயத்தில் ஆதிதிராவிடர்களின் மதமாற்றம் குறித்து ராமசாமி தெரிவித்த கருத்துகள் பலத்த சர்ச்சைகளை ஏற்படுத்தின. ஆதி திராவிடர்கள் இந்து மதத்தில் இருந்துகொண்டு அடிமைத்தனத்தையும் ஆதிக்கத்தையும் எதிர்கொள்வதற்குப் பதிலாக இஸ்லாமிய மதத்தில் தங்களை இணைத்துக்கொண்டு சுதந்தரமாக வாழலாம் என்று பேசினார்.

அது எப்படி ராமசாமி இந்து மதத்தைத் தரக்குறைவாகப் பேசலாம் என்று கேட்கவில்லை இந்துக்கள். இஸ்லாமிய மதத்தை உயர்த்திப் பேசியது ஏன் என்று கேட்டனர். விஷயம் ராமசாமியின் கவனத்துக்கு வந்தது. உடனடியாகக் குடியரசு இதழில் நீண்ட விளக்க அறிக்கையை வெளியிட்டார்.

'நான் இந்து மதத்தைப் பற்றியோ, இஸ்லாம் மதத்தைப் பற்றியோ பேசுவது என்பதில் இரண்டு மதத்தினுடையவும் ஆதாரங்களை ஆராய்ச்சி செய்து பேசுவதாக யாரும் கருதி விடாதீர்கள். அந்த வேலையை ஒரு பரீட்சை மாணவனுக்குக் கொடுத்து விடுங்கள். அதில் என்ன இருக்கின்றது என்பதில் எனக்குக் கவலை இல்லை.

ஆனால், நான் பேசுவது என்பது, இரண்டு மதங்களைச் சேர்ந்தவர்கள் என்று சொல்லிக் கொள்ளும் பெரும்பான்மை மக்களிடையே இருந்து வரும் பிரத்தியட்சக் கொள்கைகள் சம்பந்தமான காரியங்களையும், அதனால் அவரவர்கள் பிரத்தியட்சத்தில் அடைந்துவரும் பலன்களையும் பற்றித்தான் பேசுகிறேன்.

அந்தந்த மதங்களில் மக்கள் எப்படி நடந்து கொள்கிறார்கள்? அதனால் சமூகம் என்ன பயனடைந்திருக்கிறது? என்பன போன்றவைதான் மதத்தின் மேன்மையை அளக்கும் கருவி யாகும். அப்படிப் பார்ப்போமானால், அனேக விஷயங்களில் இந்து மதத்தைவிட இஸ்லாம் மதமே மேன்மையுடையது என்பதை ஒப்புக் கொள்ளத்தான் வேண்டும்.

இஸ்லாம் மக்களிடத்தில் தங்களுக்குள் சமத்துவம், சகோதரத் துவம், ஒற்றுமை, அன்பு முதலிய குணங்கள் இருக்கின்றன. வீரம் இருக்கின்றது. வீரம் என்றால் லட்சியத்திற்கு உயிரைவிடத் துணிவது என்பதுதான். இஸ்லாம் மதத்தில் உயர்வு தாழ்வு இல்லை. அவர்களுக்குள் தீண்டாதவன் இல்லை. அவர்களது தெருவில் நடக்கக் கூடாதவன், குளத்தில் இறங்கக் கூடாதவன், கோவிலுக்குள் புகக் கூடாத மனிதன் இல்லை. இதை யோக்கிய மான இந்துக்கள் ஒப்புக் கொண்டுதான் ஆக வேண்டும்.

இந்துக் கொள்கையில் வேறு எங்கு ஒற்றுமையாய் இருந்தாலும் சமூக வாழ்விலும் கடவுள் முன்னிலை என்பதிலும், மனிதன் மிருகத்தைவிடக் கேவலமாய் நடத்தப்படுகின்றான். இதை நேரில் காண்கின்றோம். இதைத்தான் அன்பு மதம், சமத்துவ மதம் என்று இந்துக்கள் தைரியமாய்ச் சொல்லுகின்றார்கள்.

மதத் தத்துவ நூலை, வேதம் என்பதை இஸ்லாம் மதத்தில் உள்ள செருப்புத் தைக்கும் சக்கிலியும், மலம் அள்ளும் தோட்டியும் படித்தாக வேண்டும்; பார்த்தாக வேண்டும்; கேட்டாக

வேண்டும். இந்துமத வேதம் என்பதை ஒரே ஒரு சிறு கூட்டம் தவிர பார்ப்பனன் தவிர மற்ற யாவரும் அவன் பிரபுவானாலும், ஏழையானாலும், யோக்கியனானாலும், அயோக்கியனானாலும் சரி, ஒருவனுமே படிக்கவும் பார்க்கவும் கேட்கவும் கூடாது.

இஸ்லாம் கொள்கை மக்களை ஒன்று சேர்க்கிறது. இந்தியாவில் கொஞ்ச காலத்திற்கு முன் ஒரு கோடியையிடக் குறைந்த எண்ணிக்கையுள்ள முஸ்லிம்கள் இன்று 8 கோடி மக்களாய்ச் சேர்ந்திருக்கிறார்கள்.

இன்று யாவரையும், எப்படிப்பட்ட இழிவானவர் என்று இந்து மார்க்கத்தாரால் கருதப்பட்டவர்களையும் தனக்குள் சேர்த்துக் கொள்ளக் கையை நீட்டுகின்றது. இந்துக்களின் கொள்கையோ எப்படிப்பட்ட மேலானவன் என்று மதிக்கப்பட்டவனையும் உள்ளே விட மறுத்து, வாசற்படியில் காவல் காக்கின்றது; தன்னவனையும் வெளியில் பிடித்துத் தள்ளுகின்றது.

ஆதித் திராவிடர்களை நான், 'இஸ்லாம் மதத்தில் சேருங்கள்' என்று சொன்னதற்காக அனேகம் பேர் என்மீது கோபித்துக் கொண்டார்கள். அவர்களைப்பற்றி நான் கோபித்துக் கொள்ள வில்லை. அவர்களுக்குச் சொந்த அறிவும் இல்லை; சொல் வதைக் கிரகிக்கச் சக்தியும் இல்லை. சிலருக்குத் தங்கள் மேன்மை போய்விடுமே தங்களுக்கு அடிமைகள் இல்லாமல் போய் விடுமே என்கின்ற சுயநல எண்ணம்.

ஏனெனில், மோட்சம் அடைவதற்காக என்று நான் ஆதித் திராவிடர்களை இஸ்லாம் கொள்கைகளைத் தழுவுங்கள் என்று சொல்லவில்லை; அல்லது 'ஆத்மார்த்தத்திற்கோ' 'கடவுளை அடைவதற்கோ' நான் அப்படிச் சொல்லவில்லை.

ஆதித் திராவிடர்களின் தீண்டாமையைப் போக்குவதற்குச் சட்டம் செய்வது, சத்தியாக்கிரகம் செய்வது போலவே இஸ்லாம் கொள்கையைத் தழுவுவது என்பதும் ஒரு வழி என்றே சொன்னேன்; இனியும் சொல்கின்றேன்.

சட்டம் செய்வது கஷ்டம்; செய்தாலும் நடைமுறையில் வருவது கஷ்டம். சத்தியாக்கிரகம் செய்வதும் கஷ்டம்; செய்தாலும் வெற்றி பெறுவது சந்தேகம். இவற்றால் துன்பமும் தோல்வியும் கிடைத்தாலும் கிடைக்கலாம். ஆனால், ஆதி திராவிடர்களுக்கு

இஸ்லாம் கொள்கையை ஏற்றுக் கொண்டேன் என்று சொல்வதில் என்ன கஷ்டம்? அதில் தோல்வியோ துன்பமோ ஏதாவது உண்டா? அல்லது, அன்னியருக்கு ஏதாவது கஷ்டம் உண்டா? அவன் ஆத்திகனாய் இருந்தால் என்ன? நாத்திகனாய் இருந்தால் என்ன? உண்மை இஸ்லாம் ஆனால் என்ன? பொய் இஸ்லாம் ஆனால் என்ன? உலகில் மதங்கள் ஒழிக்கப்படும் போது, இஸ்லாம் மதமும் ஒழியும்.

ஏன் கிறிஸ்து மதத்தைத் தழுவக் கூடாது? ஆரிய சமாஜத்தைத் தழுவக் கூடாது?

கிறிஸ்து மதக் கொள்கைகள் புத்தகத்தில் எப்படி இருக்கின்றன என்பதைப் பற்றி நான் சொல்ல வரவில்லை. நடைமுறையில் பறை கிறிஸ்தவன், பார்ப்பாரக் கிறிஸ்தவன், வேளாளக் கிறிஸ்தவன், நாயுடு கிறிஸ்தவன், கைக்கோளக் கிறிஸ்தவன், நாடார் கிறிஸ்தவன் என்பதாகத் தமிழ்நாடு முழுவதும் உள்ளனர்.

இஸ்லாம் மார்க்கத்தில் இவ்வித வேறுபாடுகள் இருக்கின்றனவா?

கிறிஸ்தவ சகோதரர்கள் கோபிக்கக் கூடாது; வேண்டுமானால், வெட்கப்படுங்கள் என்று வணக்கமாய்த் தெரிவித்துக் கொள்கிறேன். ஆரிய சமாஜம் என்பதும் ஒரு வேஷந்தான்.'

தன்னுடைய கருத்துகளை மேலும் சில தரப்பு மக்களுக்குக் கொண்டு செல்லும் வகையில் ரிவோல்ட் என்ற ஆங்கிலப் பத்திரிகையையும் தொடங்கி நடத்திக்கொண்டிருந்தார் ராமசாமி. நாடு முழுக்கச் சுயமரியாதை இயக்கம் பற்றிய பேச்சாகவே இருந்தது. வெளிநாடுகளிலும் ராமசாமியின் செல்வாக்கு உயரத் தொடங்கியது.

இலங்கை, மலேசியா, பர்மா உள்ளிட்ட நாடுகளில் இருந்து ராமசாமிக்கு அழைப்புகள் வரத் தொடங்கின. இதனை ஏற்றுக்கொண்ட ராமசாமி, மலேசியாவுக்குப் பயணமானார். உடன், நாகம்மையார், சாமி சிதம்பரனார் மற்றும் தோழர்கள். உற்சாகம் பொங்கக் கப்பலில் ஏறிய ராமசாமியும் மற்றவர்களும் கரையை அடைவதற்குள் மலேசிய நாட்டில் பெரிய குழப்பம் அரங்கேறியிருந்தது.

கலகக்காரரான ராமசாமியை மலேசியாவுக்குள் அனுமதித்தால் அரசுக்கே ஆபத்து நேரலாம் என்ற வதந்தி அங்கே பரப்பப்பட்டிருந்தது. எதைப்பற்றியும் கவலைப்படாமல் ராமசாமி உள்ளிட்டோர் மலேசியாவில் இறங்கி நாடு முழுக்கச் சுற்றுப் பயணம் செய்தனர். பல பொதுக்கூட்டங்களில் சுயமரியாதைக் கருத்துகளைப் பேசினார் ராமசாமி. இதனால் மலேசியா முழுக்க ராமசாமியின் பெயர்தான் பலமாக உச்சரிக்கப்பட்டது. சோவியத் ரஷ்யாவுக்கும் சுற்றுப்பயணம் சென்றார் ராமசாமி.

ஜெர்மனி, இங்கிலாந்து, இத்தாலி, துருக்கி, கிரீஸ் உள்ளிட்ட தேசங்களையும் சுற்றிப்பார்த்தார். ரஷ்யாவே அவரை வெகு வாகக் கவர்ந்தது. அங்கே அரசாங்கம் எப்படி நடக்கிறது? குடிமக்கள் எப்படி நடத்தப்படுகிறார்கள், தொழிற்சாலைகள் எப்படி கட்டமைக்கப்பட்டுள்ளன, பொது நிர்வாகம் எப்படி செயல்படுத்தப்படுகிறது என்பன உள்ளிட்ட அனைத்து விஷயங்களையும் கேட்டுக் கேட்டுத் தெரிந்து கொண்டார் ராமசாமி.

சுற்றுப்பயணத்தை முடித்துக்கொண்டு தமிழகம் திரும்பியபோது ராமசாமியின் மனம் முழுக்கச் சுயமரியாதை உணர்வும் சமதர்மச் சிந்தனையும் நிறைந்திருந்தன. இதனால் தான் தொடங்கிய சுயமரியாதை இயக்கத்தைக் கொஞ்சம் மாற்றி அமைக்க இருப்பதாக அறிவித்தார்.

1932 இறுதியில் தன்னுடைய ஈரோடு இல்லத்தில் கூட்டம் ஒன்றுக்கு அழைப்பு விடுத்தார் ராமசாமி. அங்கே சுயமரியாதை இயக்க லட்சியமும் சமதர்ம இயக்க வேலைத்திட்டம் என்ற பெயரில் திட்டம் ஒன்று வடிவமைக்கப்பட்டது. இதன்படிச் சுயமரியாதை என்ற சமூக இயக்கமும் சமதர்மம் என்ற அரசியல் இயக்கமும் ஒன்றிணைக்கப்பட்டது. சுயமரியாதை சமதர்மக் கட்சி உருவானது.

காங்கிரஸ் கட்சியில் இருந்து வெளியேறிய பிறகு எந்தக் கட்சியிலும் தன்னை இணைத்துக் கொள்ளாமல் இருந்த ராமசாமி இப்போது புதிய கட்சி ஒன்றைத் தொடங்கியிருந்தார். இனிமேல் இயக்கத் தொண்டர்கள் பரஸ்பரம் ஸ்ரீமான், ஸ்ரீ, மகா, திருவாளர், தலைவர் என்றெல்லாம் அழைக்கக்கூடாது. எழுதக்கூடாது. 'தோழர்' என்றே அழைத்துக்கொள்ள வேண்டும் என்று அறிவுறுத்தினார் ராமசாமி.

கட்சியின் செயல்திட்டங்கள் பற்றி நாடு முழுக்கச் சுற்றுப் பயணம் செய்து பிரசாரம் செய்து வந்தார் ராமசாமி. செயல் திட்டங்கள் ஒவ்வொன்றும் முக்கியமானவை.

குறிப்பாக, வயது வந்தவர்கள் அத்தனை பேரும் எல்லாத் தேர்தல்களிலும் வாக்களிப்பதற்கு உரிமைகள் வழங்கப்படவேண்டும், நில உரிமையாளர்கள் தங்களுக்குக் கிடைக்கும் வருவாயில் ஒரு நியாயமான பகுதியைத் தொழிலாளர்களுக்குக் கொடுக்கவேண்டும், ஆலயங்கள் மூலம் வருகின்ற அத்தனை வருவாயையும் கல்வி, சுகாதாரம் போன்ற சங்கதிகளுக்காகப் பயன்படுத்தவேண்டும் என்று மொத்தமாகப் பத்து திட்டங்கள்.

●

கட்சிப் பணிகள் சூடுபிடித்துக்கொண்டிருக்கும் சமயத்தில் திடீரென 1933 ஏப்ரலில் ராமசாமியின் மனைவி நாகம்மைக்கு உடல்நிலை பாதிக்கப்பட்டது. விஷயம் கேள்விப்பட்ட ராமசாமி, நேரில் வந்து நாகம்மையைக் கண்ணும் கருத்துமாகப் பார்த்துக் கொண்டார். ஆனால், நாகம்மையின் உடல்நிலையில் எந்த முன்னேற்றமும் இல்லை.

இதற்கிடையே திருப்பூர் மாநாட்டுக்குச் செல்லவேண்டும் என்றார் ராமசாமி. ஆனால் வீட்டில் இருந்தவர்கள் எவரும் அவரை அனுமதிக்கவில்லை. அதனாலென்ன? ராமசாமியை யாரால் கட்டுப்படுத்தமுடியும்? புறப்பட்டுவிட்டார். மாநாட்டில் கலந்துகொண்டுவிட்டு வீடு திரும்பியபோது நாகம்மை இறந்து போயிருந்தார்.

காதல் மனைவியின் உடலைப் பார்த்து சோகமே உருவாக நின்றார். ஒருதுளி கண்ணீர்? கிடையாது. எல்லோரும் ராமசாமியைப் பார்த்துக் கதறினர். வாயை மூடுங்கள். அதட்டினார் ராமசாமி. கைகத்தடியை ஆட்டி எச்சரித்தார். 'அழாமல் உடலைப் பார்த்துவிட்டு வருவதாக இருந்தால் உள்ளே செல்லுங்கள். மறுப்பவர்களுக்கு அனுமதியில்லை'

உடலை எப்படி அடக்கம் செய்வது என்று ராமசாமியிடம் கேட்டனர். 'உடலைப் பெட்டியில் வைத்துவிடுங்கள். பெட்டியில் வண்டியில் ஏற்றிச் சுடுகாட்டுக்கு எடுத்துவந்துவிடுங்கள். அங்கே வைத்து எரித்துவிடலாம்'

எல்லோருக்குமே ஆச்சரியம். குழப்பத்தின் உச்சக்கட்டமாக சொல்கிறாரே என்று. பெட்டியில் வைப்பது இஸ்லாமியர்கள் முறை. வண்டியில் பிணத்தை ஏற்றிச் செல்வது கிறித்தவர்களின் வழக்கம். பிணத்தை எரிப்பது இந்துக்களின் நடைமுறை. அப்படித்தான் செய்யவேண்டும் என்பது ராமசாமி போட்ட உத்தரவு. அப்படியே செய்யப்பட்டது.

7. ஆட்சி ஒழிய வேண்டும்!

அக்டோபர் 29, 1933ல் குடியரசில் வெளியான தலையங்கத்தின் தலைப்பு இது. இன்றைய ஆட்சி ஏன் ஒழிய வேண்டும்?

'இந்தியாவில் இன்றைய அரசாங்கமானது ஆட்சி முறையில் எவ்வளவு தூரம் பாமர மக்களுக்கு விரோதமாகவும் பணக்காரர்களுக்கு அனுகூலமாகவும் இருக்கின்றது என்ற விஷயம் ஒருபுறம் இருந்தாலும் நிர்வாக முறையானது ஏழைக்குடிமக்களுக்கு மிகவும் கொடுமை விளைவிக்கக் கூடியதாகவே இருந்து வருகிறது.

பாமர மக்கள், ஏழைமக்கள் ஆகியோரின் உழைப்பெல்லாம் வரியாகவே அரசாங்கத்துக்குப் போய்ச் சேர்ந்து வருகின்றன. அந்த வரிகள் பெரிதும் சம்பளமாகவே செலவாகிவிடுகின்றன. இதன் பயனாய் ஒரு நல்ல ஆட்சியினால் குடிகளுக்கு என்ன விதமான பயன்கள் ஏற்பட வேண்டுமோ அவற்றில் நூற்றுக்கு ஐந்துபாகம் கூட ஏற்படாமல் இருந்து வருகின்றன.

ரூபாய் ஒன்றுக்கு ஆறு படி ஏழு படி சில இடங்களில் எட்டு படி அரிசி வீதம் கிடைக்கக்கூடிய இந்தக்காலத்தில் பி.ஏ, எம்.ஏ படித்த மக்கள்

மாதம் பதினைந்து ரூபாய், இருபது ரூபாய் சம்பளம்கூட வெளியில் கிடைக்காமல் திண்டாடுகிற இந்தக்காலத்தில் அரசாங்க நிர்வாக உத்தியோகங்களில் ஏராளமான ஆள்களை நியமித்துக்கொண்டு அவர்களுக்கு மாதம் 100, 200, 500, 1000, 5000 வீதம் சம்பளங்களை அள்ளிக் கொடுப்பது என்றால் இப்படிப் பட்ட அரசாங்கமும் அரசாங்க நிர்வாக உத்தியோகங்களும் இந்திய பாமர ஏழைக்குடிமக்களைச் சுரண்டும் கூட்டுக் கொள்ளை ஸ்தாபனம் என்று சொல்ல வேண்டியதா அல்லவா என்று கேட்கின்றோம்.

இன்றைய ஆட்சியானது அழிக்கப்படவேண்டியது என்பதற்கு இந்த ஒரு உதாரணம் போதாதா?'

உடனடியாக அரசு நடவடிக்கை எடுத்தது. உண்மை விளக்க நிலையத்தின் பதிப்பாளரான கண்ணம்மாள் மீது. 1932 ஆம் ஆண்டுக்கான கிரிமினல் சட்டத் திருத்தச் சட்டத்தில் விவரிக்கப் பட்ட வார்த்தைகள் அந்தத் தலையங்கத்தில் இடம்பெற்றுள்ள தால் மொத்தமாக இரண்டாயிரம் ரூபாய் அபராதம் கட்ட வேண்டும் என்று அரசு உத்தரவு பிறப்பித்திருந்தது.

இதையும் 'குடியரசுக்குப் பாணம்' என்ற தலைப்பில் செய்தியாக எழுதினார் ராமசாமி. இருப்பினும் தேவையற்ற சிக்கல்களைத் தவிர்க்கும் வண்ணம் குடியரசு பத்திரிகை நிறுத்தப்படும் பட்சத்தில் விரைவில் இன்னொரு பத்திரிகை வெளியிடப்படும் என்று அறிவிக்கப்பட்டது.

ராமசாமியும் அவருடைய சகோதரி கண்ணம்மாளும் கம்யூனிஸ பிரசாரம் செய்தார்கள் என்றும் ராஜதுரோகத்தில் ஈடுபட்டார்கள் என்றும் கூறி இபிகோ 124ன்படி கைது செய்யப்பட்டனர். வழக்கு விசாரணைக்காக நீதிமன்றத்துக்கு நடத்தியே அழைத்துச் செல்லப்பட்டார் ராமசாமி.

நீதிமன்றத்தில் அந்தத் தலையங்கத்தை எழுதியதை ஒப்புக் கொண்டார் ராமசாமி. என்னுடைய சமதர்மப் பிரசாரத்தை நிறுத்துவதற்காக முதலாளி வர்க்கமோ அல்லது மதவாதிகளோ சூழ்ச்சி செய்திருக்க வேண்டும் என்று சந்தேகப்பட வேண்டி யிருக்கிறது. எனினும் என்னுடைய போராட்டத்துக்குப் பொது மக்கள் ஆதரவு இந்த வழக்கின்மூலம் அதிகரிக்கும் என்பதால் என்னுடைய அறிக்கையைக் கொடுத்துவிட்டு, எதிர்வாதம்

செய்யாமல் கிடைக்க இருக்கும் தண்டனையை மகிழ்ச்சியோடு வரவேற்கிறேன்.

விசாரணைகள் முடிந்து தீர்ப்பு வாசிக்கப்பட்டது. 'முதலாவது குற்றவாளியான ஈ.வெ. ராமசாமிக்கு ஆறுமாத வெறுங்காவலும் முந்நூறு ரூபாய் அபராதமும் தண்டனையாக விதிக்கிறேன். அபராதம் செலுத்தத் தவறினால் கூடுதலாக ஒரு மாதச் சிறைத்தண்டனை அனுபவிக்கவேண்டும்.

இரண்டாவது குற்றவாளியான கண்ணம்மாளுக்கு மூன்று மாத வெறுங்காவலும் முந்நூறு ரூபாய் அபராதமும் தண்டனையாக விதிக்கிறேன். அபராதம் செலுத்தத் தவறினால் ஒரு மாதம் கூடுதலாகச் சிறைத்தண்டனை அனுபவிக்கவேண்டும்.'

கோயம்புத்தூர் சிறையில் அடைக்கப்பட்டார் ராமசாமி. அந்தச் சிறையில் அப்படியொரு சந்திப்பு நிகழும் என்று ராமசாமி துளியும் நினைத்துப்பார்க்கவில்லை. ஆம். ராமசாமி அடைக்கப்பட்டிருந்த அறைக்கு அடுத்த அறையில் ராஜாஜி. அவர் உள்ளே வந்திருப்பது வேறு காரணத்துக்காக.

பரஸ்பரம் நலம் விசாரித்துக்கொண்டனர். அடிக்கடி பேசிக்கொள்ள வேண்டிய நிர்பந்தம். விளைவு, இருவரும் இணைந்து பொது வேலைத் திட்டம் ஒன்றை உருவாக்கினர்.

அதில் கடவுள் எதிர்ப்பு விஷயங்களைக் கட்சிக்கொள்கையாக வைத்துக்கொள்ளாமல் தனிநபர் தொடர்பான விஷயமாக வைத்துக்கொள்வது, வகுப்பு வாரி உரிமை வழங்குவது ஆகியன இடம்பெற்றன. இதுபற்றி காந்தியிடம் விவாதிப்பதாகக் கூறிச் சென்றார் ராஜாஜி. ஆனால் அவற்றை காந்தி ஏற்கவில்லை என்று பின்னர் அறிவிக்கப்பட்டது.

இதற்கிடையே மேல் முறையீடு, தண்டனைக்காலம் முடிந்து சிறையிலிருந்து வெளியே வந்தபிறகு ராமசாமிக்கு பாராட்டு விழா ஏற்பாடு செய்யப்பட்டது.

'குடியரசு பத்திரிகையில் என்னால் எழுதப்பட்ட ஒரு சாதாரண மானதும் சப்பையானதுமான தலையங்கத்துக்காக நான் சிறைக்குப் போக நேரிட்டதே தவிர ஒரு சரியான காரியம் செய்துவிட்டுச் சிறைக்குப் போகவில்லை. அரசாங்கம் குடியரசு பத்திரிகையின் பழைய இதழ்களைப் புரட்டிப் பார்த்தால் என்னை

வருடக்கணக்காகத் தண்டிக்கக் கூடியதும் நாடு கடத்தக் கூடியதுமான தலையங்கங்கள் நூற்றுக்கணக்கில் தென்படலாம்.

இப்போது வெளியில் வந்துவிட்டேன். ஆனால் ஏன் வந்தோம் என்றே தோன்றுகிறது. சிறை சென்று வந்ததன் பயனாக அறியாமை மிகுந்த பாமர மக்களால் நான் பாராட்டப் படக்கூடும். மற்றபடி அறிவாளிகள் நான் சிறை சென்றதைப் பாராட்ட யாதொரு விஷயமுமில்லை' என்று பேசினார் ராமசாமி.

●

ராஜாஜி மூலமாக காந்திக்கு அனுப்பிய ஈரோடு வேலைத்திட்டம் அப்படியே இருந்தது. அதனைக் கொஞ்சம் மாற்றி அமைத்தார். அல்லது திருத்தி அமைத்தார் ராமசாமி.

- பயிரிடுவோரின் கடன்களை நீக்கவும் கடன்காரர்களாக மாறாமல் தடுக்கவும் நடவடிக்கை எடுக்கவேண்டும்.

- அநியாய வட்டி வசூலிப்பவர்களை தடை செய்து நில அடமான வங்கிகளை அதிக அளவில் உருவாக்க வேண்டும்.

- பினாமி முறையில் நிலம் பதிவு செய்யப்படுவதைத் தடுத்து நிறுத்தவேண்டும்.

- விவசாயிகளின் விளைபொருள்களை இடைத்தரகர்களின் குறுக்கீடு இல்லாமல் சுயமாக விற்பனை செய்வதற்கான விற்பனைப்பகுதிகளை அரசாங்கம் உருவாக்கித் தரவேண்டும்.

- குறிப்பிட்ட கால இடைவெளிக்கும் ஆரம்பக்கல்வி எல்லோருக்கும் கிடைப்பதற்கு ஆவன செய்ய வேண்டும்.

- மது ஒழிப்பு அமலாக்கப்படவேண்டும்.

- தீண்டாமை மற்றும் மூட நம்பிக்கைகளை ஒழிப்பதற்கான உரிய நடவடிக்கைகளை எடுக்கவேண்டும்

தன்னுடைய புதிய வேலைத்திட்டத்தை நீதிக்கட்சிக்கு அனுப்பி வைத்தார் ராமசாமி. இதைப் பற்றி ஆராய்ச்சி செய்யுமாறு நீதிக்கட்சித் தலைவராக இருந்த பொப்பிலி அரசர் உத்தர

விட்டார். அப்போது 1934ல் நடைபெற உள்ள பொதுத்தேர்தலில் நீதிக்கட்சிக்கு ஆதரவாகப் பிரசாரம் செய்யவேண்டும் என்று கேட்டுக்கொண்டார். ராமசாமியும் சம்மதித்தார்.

நீதிக்கட்சித் தொண்டர்கள் மத்தியில் உற்சாகம் தொற்றிக் கொண்டது. தலைவர்களும் ராமசாமியின் வருகையை வெகு வாக வரவேற்றனர். சொன்னபடியே நீதிக்கட்சியை ஆதரித்துப் பல ஊர்களில் பேசினார் ராமசாமி. ஆனால் தேர்தலில் நீதிக் கட்சிக்கு தோல்வியே மிஞ்சியது. தொண்டர்கள் சோர்ந்து போய் உட்கார்ந்துவிட்டனர்.

'தேர்தல் சூதாட்டத்துக்குச் சமமானது. அதில் தோல்வி அடைந்துவிட்டாலும் அதை ஒப்புக்கொள்ளத்தக்கத் தைரியம் எல்லோருக்கும் வரவேண்டும். ஆகவே, பார்ப்பனர் அல்லாத வாலிபர்களே, உங்கள் வீரத்தையும் ஊக்கத்தையும் தோல்வி யென்ற உலையில் வைத்துக் காய்ச்சித் தட்டித் தீட்டிக் கூர்மை யாக்குங்கள். தோல்வியைக் கொடுத்து நம்மைத் தட்டியெழுப் பிய பார்ப்பனர்களுக்கு நன்றி சொல்லுங்கள். எழுந்திருங்கள்' என்று எழுதினார் ராமசாமி.

இந்தத் தேர்தலுக்குச் சில காலம் முன்புதான் மாநாடு ஒன்றில் இளைஞர் ஒருவர் ராமசாமியை வந்து சந்தித்தார். கல்லூரிப் படிப்புக்கான இறுதித் தேர்வை எழுதிவிட்டு முடிவுக்காகக் காத்திருப்பதாகச் சொன்னார். பார்த்த மாத்திரத்திலேயே அண்ணாதுரை என்ற அந்த இளைஞரை ராமசாமிக்குப் பிடித்துப் போனது.

உத்தியோகம் பார்க்கப்போகிறாயா? என்று விசாரித்தார்.

'இல்லையில்லை' என்று அவசரமாக மறுத்த அண்ணாதுரை, பொதுவாழ்க்கையில் ஈடுபடலாம் என்று இருக்கிறேன் என்று சொல்ல, தோளைத் தட்டிக்கொடுத்து அனுப்பிவைத்தார் ராமசாமி.

•

திடீரென உண்மை விளக்க நிலையம் அச்சகத்துக்கு அரசாங்கக் கடிதம் ஒன்று வந்தது. ஜாமீன் தொகை கேட்டு. எதற்காக? புரட்சியாளர் பகத் சிங் எழுதிய கட்டுரை ஒன்றை ப. ஜீவானந்தம் மொழிபெயர்த்திருந்தார். அதனை உண்மை விளக்க நிலையம்

அச்சிட்டிருந்தது. அந்தக் கட்டுரையின் தலைப்பு: நான் ஏன் நாத்திகன் ஆனேன்?

இது விஷயமாக ஈ.வெ. கிருஷ்ணசாமி மற்றும் ப.ஜீவானந்தம் இருவரையும் காவல்துறை கைது செய்தது. மொழிபெயர்த்ததும் பதிப்பித்ததும் தவறு என்றும் மன்னிப்பு வேண்டும் என்றும் கோரப்படவே இருவரும் விடுதலை செய்யப்பட்டனர். அதேசமயம் மன்னிப்புக் கேட்டுவிட்டதாலேயே நம்முடையக் கொள்கைகளை சமரசம் செய்துகொண்டோம் என்று அர்த்தம் அல்ல என்றும் விளக்கம் கொடுத்தார் ராமசாமி.

சட்டப் போராட்டங்கள் ஒருபக்கம், சமூகப் பிரசாரம் இன்னொரு பக்கம் என்று மும்முரமாக வேலை செய்து வந்தார் ராமசாமி. போதாக்குறைக்கு 1937க்கான தேர்தலும் அறிவிக்கப்பட்டது. தன்னுடைய வேலைத்திட்டத்தை ஏற்றுக்கொண்ட நீதிக் கட்சியை ஆதரித்து நாடெங்கும் பிரசாரம் செய்தார் ராமசாமி.

'பார்ப்பானும் பறையனும் சக்கிலியனும் ஒன்றாக அமர்ந்தது நீதிக்கட்சியின் ஆட்சியில்தானே?'

'ஒவ்வொரு சாதியினருக்கும் அவரவர் எண்ணிக்கை அடிப்படையில் தகுந்த இடஒதுக்கீடு வழங்க வேண்டும் என்று கூறும் நீதிக்கட்சியை ஆதரிக்கப் போகிறீர்களா அல்லது இட ஒதுக்கீடே தேசத் துரோகம் என்று சொல்லும் காங்கிரஸ் கட்சிக்கு ஆதரவளிக்கப் போகிறீர்களா?'

ஓய்வு ஒழிச்சல் இல்லாமல் பிரசாரம் செய்தார். இருந்தும், காங்கிரஸ் கட்சி வெற்றி பெற்றது. இப்போதும் நீதிக்கட்சியினரைத் தேற்றும் முயற்சியுடன் கடிதம் எழுதினார் ராமசாமி.

'கெட்டிக்காரன் புளுகு எட்டு நாளுக்குத் தாங்காது என்பது போல காங்கிரஸ் கட்சியின் புளுகுகளும் பொய்யுரைகளும் ஏமாற்று வித்தைகளும் அம்பலத்துக்கு வரும் நாள் வெகுதொலைவில் இல்லை. காங்கிரஸ் கட்சியின் நிஜமுகத்தை அறியாத சொற்ப எண்ணிக்கையிலான மக்களும் அறிந்துகொள்வதற்கான வாய்ப்பே என்றே தேர்தல் முடிவை எடுத்துக்கொள்ள வேண்டும்.'

ராமசாமியின் ஆதரவுக் கருத்துகள் சில நீதிக்கட்சித் தலைவர்களையும் தொண்டர்களையும் சமாதானம் செய்யவில்லை.

எப்போது இடத்தைக் காலி செய்யலாம் என்று காத்துக் கொண்டிருந்தனர்.

தேர்தலில் வென்ற பிறகு காங்கிரஸ் கட்சி புதிய நாடகம் ஒன்றை நடத்தியது. ஆட்சி அமைக்க விருப்பமில்லை என்று அறிவித்தது. இதனால் இடைக்கால அரசு அமைக்கப்பட்டது.

மூன்று மாதங்கள் மாத்திரமே காங்கிரஸ் கட்சியால் விரதம் கடைப்பிடிக்க முடிந்தது. பதவியேற்கத் தயார் என்று அறி வித்தது. ராஜாஜி முதலமைச்சராகத் தேர்வு செய்யப்பட்டார். இதற்காகவே காத்துக் கொண்டிருந்த நீதிக்கட்சியின் அதிருப்தித் தலைவர்கள் கட்சியில் இருந்து விலகி ஒருவர் பின் ஒருவராக காங்கிரஸ் கட்சியில் சரணாகதி அடைந்தனர்.

நீதிக்கட்சி மெல்ல மெல்லப் பலம் குறைந்து வருவதாக அந்தக் கட்சியின் தொண்டர்கள் ராமசாமியை சந்தித்து வந்து புகார் சொன்னார்கள்.

எல்லோரையும் அமைதிப்படுத்தும் வகையில் பேசிய ராமசாமி, 'பதவி வெறி கொண்டவர்கள். பணத்தாசை கொண்டவர்கள் எல்லாம் இத்தனை நாளும் நீதிக்கட்சியை ஆக்ரமித்துக் கொண்டிருந்தனர். அவர்கள் எல்லாம் இப்போது கூடாரத்தைக் காலி செய்து வருகின்றனர். இதன்மூலம் நீதிக்கட்சி பரிசுத்தமாகி வருகிறது. காங்கிரஸ் கட்சி கலப்படமாகி வருகிறது. எல்லாம் நன்மைக்கே' என்றார்.

ஆட்சி கைக்கு வந்துவிட்ட மிதப்பில் இருந்தார் ராஜாஜி. அதே வேகத்தில் இந்தி மொழித் திணிப்பைக் கையிலெடுத்துக் கொண்டார். அந்தச் சமயத்தில் ராமசாமியின் குடியரசு பத்திரிகை ஈரோட்டுக்கு இடமாற்றம் செய்யப்பட்டிருந்தது. அங்கே இளைஞர் அண்ணாதுரை வேலைக்குச் சேர்ந்திருந்தார். இந்தித் திணிப்புக்கு எதிராகக் குடியரசு இதழ் ஆவேசக்குரல் எழுப்பிக் கொண்டிருந்தது.

வர்ணாசிரமமும் இந்தித் திணிப்பும் ஒட்டிப் பிறந்த இரட்டை பிசாசுகள் என்று பேசினார் ராமசாமி. இதனால் இந்தித் திணிப்புக்கு எதிரான போராட்டங்கள் விஸ்வரூபம் எடுத்தன. இதனால் இந்தித் திணிப்பின் வேகத்தைக் கட்டுப்படுத்த வேண்டிய நிர்ப்பந்தம் முதலமைச்சர் ராஜாஜிக்கு ஏற்பட்டது.

மாகாணம் முழுக்க இந்தி மொழி பாடமொழியாகாது என்றும் 125 பள்ளிகளில் மாத்திரமே இந்தி மொழி கட்டாயமாக இருக்கும் என்று அறிவித்தார். எதிர்ப்பு அடங்கவில்லை.

இதனால் முதல் மூன்று வகுப்புகளுக்கு மாத்திரமே இந்திமொழி கட்டாயம் என்று பின்வாங்கினார். அப்படியும் எதிர்ப்பு குறையவில்லை. இந்தியில் தேர்ச்சி பெறவேண்டும் என்ற அவசியம் இல்லை என்று இறங்கி வந்தார் ராஜாஜி.

ராமசாமியோ தெளிவாக இருந்தார். ஏற்கெனவே நூற்றுக்குப் பத்து சதவீதம் பிராமணர் அல்லாத மாணவர்களே தேர்ச்சி அடைந்து வருகிறார்கள். இந்த லட்சணத்தில் இந்தியைக் கட்டாயப் பாடமாக்கினால் பிராமண மாணவர்கள் மாத்திரமே தேர்ச்சி அடைவார்கள். மற்றவர்கள் ஒரே வகுப்பிலேயே முடங்கிவிடுவார்கள். இது பிராமணர் அல்லாத மாணவர்களை அழுத்தும் முயற்சி என்று மேடைக்கு மேடை முழங்கத் தொடங்கினார் ராமசாமி.

நீதிக்கட்சி இளைஞர்களை மாத்திரமே கொண்ட இந்தி எதிர்ப்புப் படை ஒன்று உருவாக்கப்பட்டது. அந்தப் படையினர் இந்தித் திணிப்பை எதிர்த்து சென்னை நோக்கி ஊர்வலமாக வந்தனர். அப்போது அவர்களை வரவேற்கும் விதமான சென்னை கடற்கரையில் நீதிக்கட்சித் தொண்டர்களும் சுயமரியாதை உணர்வு கொண்டவர்களும் தமிழ் உணர்வாளர்களும் கலந்து கொண்டனர்.

ஏறக்குறைய எழுபதாயிரம் பேர் குழுமியிருந்த அந்தப் பொதுக் கூட்டத்தில் இந்தித் திணிப்புக்கு எதிராக முக்கியத்துவம் வாய்ந்த கோஷம் முன்வைக்கப்பட்டது.

'தமிழ்நாடு தமிழருக்கே'. இந்தக் கோஷமே நீதிக்கட்சியின் கொள்கையாகவும் உருமாற்றம் அடைந்தது.

•

பெண் என்றாலே பிள்ளை பெற்றுத்தரும் எந்திரம் என்ற எண்ணம் புரையோடிப் போயிருந்த காலகட்டத்தில் பெண்களுக்காக, பெண்களின் உரிமைகளுக்காக, அவர்களுக்கு விழிப்புணர்வை ஊட்டுவதற்காகத் தொடர்ந்து கட்டுரைகள் எழுதினார் ராமசாமி. அதில் வந்த கருத்துகள் பெண்ணுரிமையின் அவசியத்தைப் புட்டுப்புட்டு வைத்தன.

பெண்கள் விஷயத்தில் இன்று உலகில் உள்ள மதங்கள் எல்லாம் ஏற்கனவே ஒரு முடிவுகட்டி விட்டன. அந்த முடிவுகள் வேத முடிவுகள் என்கிறார்கள் சிலர். கடவுள் வேதத்தின் மூலமாகத் தெரிவித்த முடிவு என்கிறார்கள் சிலர். இந்து, கிறிஸ்தவர், இஸ்லாமியர்களின் வேதங்கள் எவற்றிலும் பெண்களுக்குச் சம உரிமை இல்லை. சில உரிமைகள் இருந்தாலும் அவை வரையறுக்கப்பட்டு அதற்கு மேல் ஒன்றும் செய்யக் கூடாது என்ற தீர்ப்பில் இருக்கிறோம்.

ஆகவே இப்போது நமது ஆராய்ச்சியின் பயனாய் ஒரு முடிவு வருவோமானால் அம்முடிவு நமது மதவேதக் கட்டளையை மீறி நாத்திகமாவதா? அல்லது ஆஸ்திகத்துக்குப் பயந்து நமது முடிவு களைக் கைவிட்டு விடுவதா? என்பதை முதல் தீர்மானித்துக் கொண்டு பிறகு இந்த வேலையில் இறங்க வேண்டும். இல்லாவிட்டால் நமது வேலைகள் எல்லாம் வீண் வேலையாகப் போய் விடாதா? என்று கேள்வி கேட்டார் ராமசாமி.

ஆணும் பெண்ணும் மனிதர்கள் தான். உருவபேதம் மனிதத் தன்மையைப் பாதிக்கக் கூடியதல்ல. மனிதவர்க்கத்தில் புத்திக் குறைவு, பலக்குறைவு என்பது இயற்கையில் ஆண்கள் பெண்கள் ஆகிய இருவருக்கும் ஒன்றுபோலவே தான் இருக்கிறது. அப்பி யாசத்தால் இருபாலரும் ஒன்று போலவே தான் அடைகிறார்கள். ஆண்களில் எவ்வளவு முட்டாள்கள் இருக்கிறார்களோ? எவ்வளவு பலவீனமானவர்கள் இருக்கிறார்களோ? எவ்வளவு கெட்ட குணமுடையவர்கள் இருக்கிறார்களோ? அதுபோல் தான் பெண்களிலும் இருக்கலாம். உண்டா இல்லையா என்று பொதுமக்களைப் பார்த்துக் கேள்வி கேட்டார் ராமசாமி.

மேற்கொண்டு ஏதாவது இருந்தால் அது செயற்கையால் அதாவது ஆண்களாகிய நாம் அவர்களைக் குழந்தைப் பருவம் முதல் அடிமைப்படுத்தி கல்வியில்லாமல் உலக ஞானம் அறிய இடம் இல்லாமல் அடக்கி வைத்து விட்டதால் ஏற்பட்டதே ஒழியவேறில்லை. ஆண்களில் எழுத்து வாசனை அற்றவர் களுடையவும் சமத்துவமில்லாமல் அடக்கி வைத்திருக்கும் மிருகங்களுக்கு ஒப்பான சில தாழ்த்தப்பட்ட மக்களுடைய அறிவு வீரம் பராக்கிரமம் எல்லாம் எப்படி இருக்கிறது?

வியாபாரம் செய்யும் பெண்களும் உத்தியோகம் பார்க்கும் பெண்களும் இன்று அவரவர்கள் தொழில்களைச் சரியாய்

செய்யவில்லையா? உபாத்தியார் பெண்கள் தங்கள் உத்தி யோகத்தைச் சரியாய் செய்யவில்லையா? எந்த விதத்தில் அவர்கள் தகுதி அற்றவர்கள் ஆவார்கள்?

இவ்வளவு ஏன்? ஜெயிலில் இருக்கும் கைதிகள் ஆண்களாக இருந்தும் ஜெயிலரையும் ஜெயில் சூப்ரண்டையும் கண்டால் நடுங்குகிறார்களே அவர்களுக்கு ஆண்மை, வீரம், பராக்கிரமம், சுயபுத்தி எல்லாம் எங்கு போய்விட்டது?

இன்னொரு உண்மையை ராமசாமி விளக்கியபோது எல்லோருமே ஆச்சரியப்பட்டுப் போயினர்.

இந்தியாவில் கிறிஸ்தவப் பெண்கள் முக்காடிட்டு வைக்கப் பட்டிருக்கிறார்கள். முஸ்லீம் பெண்கள் உறைபோட்டு மூடி வைத்திருக்கிறார்கள். இந்துப் பெண்கள் கல்வி இல்லாமல் சொத்து இல்லாமல் அடைத்து வைக்கப்பட்டிருக்கிறார்கள். இவர்களுக்கு இன்று சுதந்திரம் கொடுத்தால் அதை வகிக்க அருகதை அற்றவர்கள் என்று தான் சொல்ல வேண்டிவரும். அதுபோலவே இன்று எல்லா ஆண்களுக்கும் நிர்வாக சபை மெம்பர் பதவி கொடுத்தால் ஆண்கள் அருகதை அற்றவர்கள் என்று தான் சொல்ல வேண்டிவரும். எல்லோருக்கும் படிப்பு கொடுக்க வேண்டும். உலக விஷயங்களைக் கற்க தாளாரமாய் வசதி அளிக்க வேண்டும். 18-வயது 20-வயது ஆன பிறகே கல்யாணம் செய்து வாழ்க்கையில் ஈடுபடச் செய்ய வேண்டும் என்று ராம்சாமி சொன்னது பலத்த அதிர்வுகளை ஏற்படுத்தியது.

ஒவ்வொரு பெண்ணும் தான் சுகமாய் வாழத்தகுந்த ஒரு தொழில் அல்லது ஒரு மார்க்கத்துக்குத் தயார் செய்யப்பட வேண்டும். தன் புருஷனை வயது வந்த பிறகு தானே தெரிந்தெடுத்துக் கொள்ளச் செய்ய வேண்டும். இவை செய்து விட்டால் நீங்கள் எந்தப் பெண்ணையும் தேடிப் போய்ச் சுதந்திரம் கொடுக்க அலைய வேண்டாம்.

பெண்களுக்குச் சுதந்திரம் கொடுக்கலாமா? வேண்டாமா? என்று இம்மாதிரிக் கூட்டம் போட்டு வாக்குவாதம் செய்ய வேண்டாம். தானாகவே பெற்று விடுவார்கள். பெண்களுக்குச் சுதந்திரம் கொடுத்தால் வீட்டு வேலை யார் பார்ப்பது என்று யாரும் கவலைப்பட வேண்டியதில்லை.

இன்றைய வீட்டு வேலைகள் என்பது மக்களின் முட்டாள் தனத்தால் ஏற்பட்டதே ஒழிய அவை எல்லாம் இயற்கையாய் உள்ள வேலை அல்ல. இன்றைய வீட்டு வேலை இனி 20-வருஷத்துக்குள் முக்கால்வாசி குறைந்து போகும். உலக முற்போக்கு வீட்டு வேலைகளைக் குறைத்து வருகிறது. நம்முடைய அர்த்தமற்ற பேராசை சுயநலங்களே நமக்கு இவ்வளவு வீட்டு வேலைகளை ஏற்படுத்திக் கொண்டது.

கற்பு கெட்டுப் போகும் என்கின்ற கவலை எவரும் அடைய வேண்டியதில்லை. பெண்கள் கற்பு பெண்களுக்கே சேர்ந்ததே

ஒழிய, ஆண்களுக்கு அடமானம் வைக்கப்பட்டதல்ல. கற்பு என்பது எதுவானாலும் அது தனிப்பட்ட நபரைச் சேர்ந்ததாகும். கற்பு கெடுவதால் ஏற்பட்ட தெய்வத் தண்டனையை அவர்கள் அடைவார்கள். அதற்காக மற்றொருவர் அடையப்போவதில்லை. இது தானே மதவாதிகள் ஆஸ்திகர்கள் சித்தாந்தம். ஆதலால் பெண் பாவத்துக்குப் போகிறாளே என்று ஆண் பரிதாபப்பட வேண்டாம் என்றார் ராமசாமி.

பெண் அடிமையல்ல, அவளுக்கு நாம் எஜமானல்ல கார்டியன் அல்ல என்று எண்ணிக் கொள்ள வேண்டும். பெண் தன்னைப் பற்றியும் தனது கற்பைப்பற்றியும் காத்துக் கொள்ளத் தகுதி பெற்றுக்கொள்ள விட்டுவிட வேண்டுமே ஒழிய ஆண்காவல் கூடாது. இது ஆண்களுக்கும் இழிவான காரியமாகும். கற்பு கெடுதலால் நோய் வரும் என்றால் இருவருக்கும் தான். ஒருவருக்கு மாத்திரம் வராது. ஆதலால் பெண்களைப் படிக்க வைத்து விட்டால் தங்கள் கற்பு மாத்திரம் அல்லாமல் ஆண்கள் கற்பையும் காப்பாற்றக் கூடிய தன்மை வந்து விடும் என்று பேசினார் ராமசாமி.

இந்தப் பேச்சுகள் ஏதோ ஒற்றை மேடையோடு நின்றுவிடவில்லை. அடுத்தடுத்து தான் கலந்துகொள்ளும் ஒவ்வொரு மேடையிலும் பெண்ணுரிமை பற்றிப் பேசினார். இதன் ஒருபகுதியாகப் பெண்களுக்கென்று தனி மாநாடு கூட்டி, அவர்களுடைய பிரச்னைகள் குறித்து அவர்களையே விவாதிக்க வைப்பது என முடிவு செய்தார் ராமசாமி.

டிசம்பர் 13, 1938 அன்று சென்னையில் மகளிர் மாநாடு ஒன்று ஏற்பாடு செய்யப்பட்டது. பொதுவாகத் திருமண வீடுகளுக்கே வரமறுக்கும் பெண்கள் கட்சி மாநாட்டுக்குப் பெரிய அளவில் திரண்டு வந்திருந்தனர். அதில் கலந்துகொண்டு பேசிய ராமசாமி, பெண்களும் இந்தி எதிர்ப்புப் போராட்டத்தில் கலந்துகொள்ள வேண்டும் என்பதை வலியுறுத்திப் பேசினார். மாநாட்டின் முடிவில் பெண்கள் ஒன்று சேர்ந்து ராமசாமிக்கு 'பெரியார்' என்ற அடைமொழியைச் சூட்டினர்.

திடீரெனப் பெண்களைப் போராட்டம் நடத்தத் தூண்டியதாகக் குற்றம் சாட்டப்பட்டுக் கைது செய்யப்பட்டார் பெரியார். இதனால் நீதிக்கட்சி தடுமாறும் சூழல் உருவானது. திடீர் நெருக்கடியைச் சமாளிப்பது குறித்துப் பேசுவதற்காக நீதிக்கட்சியின் மாநாடு சென்னையில் டிசம்பர் 29, 30, 31, 1938ல் கூட்டப்பட்டது.

அந்த மாநாட்டில் பெரியாரை நீதிக்கட்சியின் தலைவராகத் தேர்ந்தெடுத்தனர். அந்த மாநாட்டில் பெரியாரின் உருவச்சிலை வைக்கப்பட்டது. அங்கே பெரியாரின் இருப்பைப் பதிவு செய்யும்விதமாக நாற்காலி ஒன்று வைக்கப்பட்டது. அதில் மாலை ஒன்றும் போடப்பட்டது.

மாநாட்டு இறுதியில், 'பெரியாரே எங்கள் தனிப்பெரும் தலைவர்' என்ற உரத்த குரலில் முழங்கினர் மாநாட்டுக்கு வந்திருந்தவர்கள். காங்கிரஸ் கட்சியின் சகலகலா வல்லவராகச் செயல்பட்ட ராமசாமி, இப்போது நீதிக்கட்சியின் தலைவர் பெரியாராக உருமாற்றம் அடைந்திருந்தார்.

நீதிக்கட்சித் தலைவர்களின் இந்த முடிவு காங்கிரஸ் கட்சி யினரைத் திகிலடைய வைத்தது. இதுநாள்வரை களத்துக்கு வெளியே இருந்த சிங்கம், இப்போது நேரடியாகக் களத்துக்குள் புகுந்திருக்கிறது. எச்சரிக்கை.

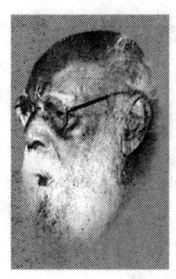

8. திராவிட தேசம் கொடு

ஜனவரி 1940. சட்டமேதை அம்பேத்கர், முகமது அலி ஜின்னா உள்ளிட்ட தலைவர்கள் விரும்பி அழைப்பு விடுத்ததன் பேரில் அவர்களைச் சந்திப்பதற்காக பம்பாய் புறப்பட்டார் பெரியார். ஆங்கிலத்தில் பேச, எழுத, உரையாட, மொழி பெயர்க்க பெரியாருக்குத் துணையாக அண்ணாதுரை.

முதலில் பெரியார் சந்தித்துப் பேசியது அம்பேத்கரை. கிட்டத்தட்ட ஒன்றரை மணி நேரத்துக்கும் மேலாக அரசியல் சமுதாயப் பிரச்னைகள் குறித்துப் பரஸ்பரம் விவாதித்தனர். அம்பேத்கர் பேசுவதைத் தமிழில் மொழிபெயர்ப்பது, பெரியார் பேசுவதை ஆங்கிலத்தில் மொழிபெயர்ப்பது என்ற இரண்டு வேலைகள் அண்ணாதுரைக்கு.

பிறகு ஜின்னாவையும் சந்தித்துப் பேசினார் பெரியார். அம்பேத்கரும் உடன் வந்திருந்தார். அப்போது தமிழ்நாட்டில் இருக்கும் இந்தி திணிப்பு மற்றும் அதற்கு எதிரான போராட்டங்கள் பற்றியெல்லாம் அண்ணாதுரையின் உதவி

அம்பேத்கர்

யோடு அவர்கள் இருவருக்கும் விளக்கமாகச் சொன்னார் பெரியார்.

பொதுக்கூட்டம் ஒன்றில் பேசிய அம்பேத்கர், பார்ப்பனீயத்தை ஒழிக்கும் பெரியாரின் முயற்சிகளை வரவேற்பதாகக் கூறினார். பெரியார் பேசும்போது பார்ப்பனர்கள் தமிழர்களே அல்ல, தமிழர்களுக்கு எதிரானவர்கள். பார்ப்பனர்களின் ஆதிக்கத்தில் இருந்து தமிழர்கள் விடுபட வேண்டும் என்றால் தமிழ்நாடு தனி மாகாணமாக வேண்டும் என்றார்.

மறுநாள் முகமது அலி ஜின்னாவை சந்தித்து காங்கிரஸ் கட்சிக்கு எதிரான அணி ஒன்றை உருவாக்குவது பற்றி நீண்ட நேரம் விவாதித்தார்.

சுற்றுப்பயணம் முடித்துக்கொண்டு தமிழ்நாடு திரும்பிய பெரியார், அரசாங்கம் விரைவாக இந்தித் திணிப்பை வாபஸ் வாங்கவேண்டும், தவறினால் தகுந்த விலை கொடுக்க வேண்டியிருக்கும் என்றும் பகிரங்க மிரட்டல் விடுத்தார். இதனையடுத்து இந்தி மொழிப்பாடம் விருப்பப்பாடமாக மட்டுமே இருக்கும். கட்டாயப்பாடமாக இருக்காது என்று அறிவிக்கப்பட்டது.

•

குடியரசு இதழில் துணையாசிரியராகப் பரிணாம வளர்ச்சி பெற்றதோடு, கட்சியிலும் முக்கியத்துவம் வாய்ந்த மனிதராக உருமாறியிருந்தார் அண்ணாதுரை. முக்கியமாக பெரியாரின் நம்பிக்கைக்குரிய தளபதியாகச் செயல்பட்டுக்கொண்டிருந்தார். இந்தச் சமயத்தில் நீதிக்கட்சியின் பொதுச்செயலாளராக இருந்த கி.ஆ.பெ. விசுவநாதம் பெரியாருடன் ஏற்பட்ட கருத்து வேறுபாடு காரணமாகத் தன்னுடைய பதவியை ராஜினாமா செய்து விட்டார். அந்த இடத்துக்கு அண்ணாதுரையைக் கொண்டு வந்தார் பெரியார்.

பெரியாருக்கு அடிப்படை உதவிகளைச் செய்து தருவதற்குத் தகுந்த நபர் இல்லை. சமாளித்துச் சமாளித்துப் பார்த்த பெரியாரை, நாகம்மையின் மறைவு *1943*ல் மிகக் கடுமையாகத் தாக்கியது.

ஜின்னா

செவிலியராக அரசியல் மணி என்ற பெண் செயல்பட்டுக் கொண்டிருந்தார். இவர் திராவிடர் கழக அபிமானிகளுள் ஒருவரான கனகசபை என்பவருடைய மகள். இயற்பெயர் காந்திமதி. பத்தாம் வகுப்பு வரை படித்திருந்தார். பெரியார் மீதும் அரசியல் மீதும் கொண்ட ஆர்வத்தால் தன்னுடைய பெயரை 'அரசியல் மணி' என்று மாற்றிக்கொண்டார்.

வேலூர் மாவட்டத்துக்குச் செல்லும் திராவிடர் கழகத் தலைவர்களுக்கெல்லாம் கனகசபையின் இல்லம்தான் உணவகம். திடீரென ஒருநாள் கனகசபை மறைந்துவிடவே, தனிமரமாக நின்ற அரசியல் மணியைத் தனக்கு உதவியாக இருக்கட்டும் என்று அழைத்துக்கொண்டார் பெரியார்.

நல்ல செவிலியராக செயல்படத் தொடங்கிய அரசியல் மணியை பெரியார் 'அம்மா' என்றும் 'மணியம்மா' என்றும் அழைப்பது வழக்கம். பொறுப்பான பெண்ணாக இருந்ததால் கூட்டங்களில் புத்தகங்கள் விற்ற பணத்தைக் கையாள்வது போன்ற முக்கியத்துவம் வாய்ந்த பணிகளை மணியம்மைக்குத் தரத் தொடங்கினார் பெரியார்.

மெல்ல மெல்ல இயக்கத் தோழர்கள் மத்தியிலும் மணியம்மைக்குச் செல்வாக்கு ஏற்படத் தொடங்கியது.

●

1944. சேலத்தில் நீதிக்கட்சி மாநாடு கூடியது. அதில் அண்ணாதுரை சில முக்கியத்துவம் வாய்ந்த தீர்மானங்களைக் கொண்டு வந்தார். பின்னணியில் இருந்தவர் பெரியார்.

1. *நம்முடையக் கட்சியில் இருக்கும் உறுப்பினர்களும் புதிதாக வர இருக்கும் உறுப்பினர்களும் அரசால் வழங்கப்பட்ட கௌரவப்பட்டங்களைத் திரும்பக் கொடுத்துவிடவேண்டும். புதிய பட்டங்களையும் ஏற்கக்கூடாது.*

2. *அரசாங்கத்தால் அளிக்கப்பட்ட கௌரவப் பதவிகள் அனைத்தையும் நம் கட்சிக்காரர்கள் உடனடியாக ராஜினாமா செய்துவிடவேண்டும்.*

3. *அரசாங்கத்தால் நியமனம் பெற்ற பதவிகளை வைத்திருப்பவர்கள் உடனடியாக அவற்றை ராஜினாமா செய்துவிட வேண்டும்.*

4. *அரசாங்கத்தால் தொகுதி வகுக்கப்பட்ட எந்தவிதமான தேர்தலுக்கும் நம்முடையக் கட்சிக்காரர்கள் நிற்கக் கூடாது.*

நீதிக்கட்சியில் எஞ்சியிருந்த பதவி வெறியர்களை இந்தச் சர்ச்சைக்குரிய நான்கு தீர்மானங்களும் சுட்டெரித்தன. மாநாட்டில் பலத்த வாதப்பிரதிவாதங்கள் எழுந்தன. கிட்டத்தட்ட முப்பத்தைந்து மணி நேரத்தைத் தாண்டிச் சென்று கொண்டிருந்தது விவாதம். முக்கியமாக நீதிக்கட்சியின் பழைய தலைவர்கள் பலர் அண்ணாதுரை கொண்டுவந்த தீர்மானங்கள் எதுவும் ஏற்புடையன அல்ல என்று வாதிட்டனர்.

ஆனால் அண்ணாதுரையின் தீர்மானங்களுக்கு மாநாட்டில் பலத்த வரவேற்பு இருந்தது.

இதனால் அதிருப்தியடையந்தவர்கள் ஒருவர் பின் ஒருவராக மாநாட்டு மேடையில் இருந்து இறங்கி வெளியேறினர். இறுதியாக அண்ணாதுரை கொண்டுவந்த தீர்மானங்கள் அனைத்தும் பலத்த ஆரவாரத்துக்கிடையே நிறைவேற்றப்பட்டன.

பிறகு இன்னொரு முக்கியத்துவம் வாய்ந்த தீர்மானம் நிறைவேற்றப்பட்டது. அது, கட்சிக்குப் புதிய பெயர் சூட்டுவது தொடர்பானது. நீதிக்கட்சி என்று பொதுமக்களால் அழைக்கப்பட்ட நீதிக்கட்சியின் நிஜப்பெயர் தென்னிந்திய நல உரிமைச் சங்கம். கட்சியின் பத்திரிகையின் பெயர் ஜஸ்டிஸ் என்று இருந்ததால் கட்சியின் பெயரே அதுவாக மாறியது.

தற்போது 'திராவிடர் கழகம்' என்று பெயர் மாற்றம் செய்ய முடிவு செய்தார் பெரியார். அதற்கான தீர்மானம் முறைப்படி சேலம் மாநாட்டில் கொண்டுவரப்பட்டது.

'என்னைப்போல் கட்சியில் சுயநலம் எதிர்பார்க்காத தோழர் கள் எத்தனையோபேர் இருக்கிறார்கள். அவர்கள் மனமாறப் பாடுபடுகிறார்கள். ஆனாலும் நம்முடையக் கட்சிக்கட்டுப் பாடு முன்னோக்கிச் செல்லாமல் இருப்பதற்குக் காரணம் என்ன என்று யோசித்தபோது நம்முடையது ஒரு ஸ்தாபனம்; நாம் ஒரே லட்சியத்தைக் கொண்டவர்கள் என்று கூறுவதற்கு நம்மிடையே பொதுவான பெயர்க்குறிப்பு இல்லை என்பதைக் கண்டேன்.

நம்மைத் திராவிடர்கள் என்றும் நமதுநாட்டை திராவிடநாடு என்றும் திராவிடநாடு தனிசுதந்திரநாடாக ஆகவேண்டுமென்ற கொள்கை கொள்ள வேண்டும் என்றும் முடிவாகத் தீர்மானித் தேன். திராவிட சமுதாயம் என்று நம்மைக் கூறிக்கொள்ளக் கஷ்டமாக இருக்கும்போது தமிழர் என்று எல்லோரையும் ஒற்றுமையாக்க முயற்சி எடுத்தால் கஷ்டங்கள் அதிகமாகும்.

இங்கேயே பாருங்கள் கண்ணப்பர் தெலுங்கர், நான் கன்னடியன், தோழர் அண்ணாத்துரை தமிழர். எங்களுக்குள் ஆயிரம் சாதிப்பிரிவுகள். என்னைப் பொறுத்தவரை நான் தமிழன் எனச் சொல்லிக்கொள்ள ஒப்புகிறேன். ஆனால் எல்லாக் கன்னடியர்களும் ஒப்புக்கொள்ள மாட்டார்கள். தெலுங்கரும் அப்படியே. எனவே திராவிட சமுதாயத்தின் அங்கத்தினர்கள் நாம் : நம்நாடு திராவிடநாடு என்று வரை யறுத்துக்கொள்வதில் இவர்களுக்கு ஆட்சேபணை இருக்காது. அது நன்மை பயக்கும்.

எனவே இத்தகைய கேவல நிலை ஒழிய ஜஸ்டிஸ் கட்சி திராவிடர் கட்சியாக மாற வேண்டும். மந்திரியாக நானே வந்தாலும் பிராமணன், சூத்திரன் பட்டத்தை ஒழிக்க முடியாது. அதற்கு கிளர்ச்சிதேவை. கட்டுப்பாடு தேவை. ஒற்றுமை தேவை. தனிநாடு தேவை. திராவிடநாட்டைப் பெறவும் அதற்கான காரியம் செய்யவும் நாம் தயாராக இருக்கவேண்டும். திராவிட நாடு தனிநாடாகாவிட்டால் நமக்கு நம் ஆயுள் உள்ளவரை ஓய்வு கிடையாது.

அரசியல் அதிகாரம் நமக்குப் பிற்காலத்தில் வருவதற்கும், வந்தால் நலம் செய்வதற்கும் முக்கியமான, அடிப்படையான காரியங்களைச் செய்வதில் இப்பொழுது நாம் முயற்சி கொள்ளவேண்டும். ஆகவே திராவிடர் என்ற பெயரையும் திராவிட நாடு தனி சுதந்தர நாடாக வேண்டுமென்பதையும், நாம் குறிச்சொல்லாகவும், இலட்சியத்திட்டச் சொல்லாகவும் கொண்டாகவேண்டும்' என்று சேலம் செவ்வாய்பேட்டையில் ஜனவரி 14, 1944 அன்று ஏற்கெனவே சொற்பொழிவாற்றி யிருந்தார் பெரியார். அதையொட்டியே இந்தப் பெயர் மாற்றத் தீர்மானம் கொண்டுவரப்பட்டது.

இந்த மாநாட்டில் மேலும் இரண்டு முக்கியத் தீர்மானங்கள் கொண்டு வரப்பட்டன. முதல் தீர்மானம், கட்சியின் நிரந்தரத் தலைவராகப் பெரியாரைத் தேர்வு செய்தது தொடர்பானது. இரண்டாவது, திராவிடர்களின் உரிமைக்காகப் போரிடவும் சகலவித நடவடிக்கைக்கும் தயாராக இருக்கவும் மாகாணத் திராவிட விடுதலைப்படை என்ற பெயரில் படை உருவாக்குவது தொடர்பானது.

செப்டெம்பர் 29, 1945. திருச்சியில் நடைபெற்ற திராவிடர் கழக மாநாட்டில் கட்சிக்கான விதிமுறைகள், குறிக்கோள்கள் வரையறுக்கப்பட்டன.

1. (அ) திராவிட நாடு சமுதாயம், பொருளாதாரம், தொழில் துறை, வியாபாரம் ஆகியவற்றில் பூரண சுதந்தரமும் ஆதிக்கமும் பெறவேண்டும்.

   (ஆ) திராவிட நாடும் திராவிட நாட்டு மக்களும் திராவிடர் அல்லாத அன்னியர்களின் எந்தவிதமான சுரண்டலுக்கும் ஆதிக்கத்துக்கும் ஆளாகாமல் காப்பாற்றப்படவேண்டும்.

2. திராவிட நாட்டிலுள்ள மக்கள் யாவரும் ஜாதி, வகுப்பு, அவை சம்பந்தமான உயர்வு, தாழ்வு இல்லாமல் சமுதாயத்திலும் சட்டத்திலும் சம உரிமையும் சம சந்தர்ப்பமும் பெற்றுச் சம வாழ்வு வாழச் செய்யவேண்டும்.

3. (அ) திராவிட நாட்டு மக்களுக்குச் சமயம், சமயாதாரம், பழக்கவழக்கம் என்பனவற்றின் பெயரால் இருந்துவரும் பேத உணர்ச்சி, மூட நம்பிக்கை ஆகியவை மறையச் செய்து

அவர்களைத் தாராள நோக்கமும் நல்ல அறிவு வளர்ச்சியும் பெற்ற ஒன்றுபட்ட சமுதாய மக்களாகச் செய்யவேண்டும்.

(ஆ) இவை வெற்றிபெறுகிற வரை சாதி, சமய வகுப்பு பேதம் ஆகியவை உள்ள மக்களுக்கு நம்மிடம் முழு நம்பிக்கையும் நல்லெண்ணமும் ஏற்பட்டு மேற்கண்ட முயற்சிகளுக்கு நம்மோடு களங்கமற்று ஒத்துழைக்க வேண்டிய அவசியத்துக் காக முக்கியமான துறைகளில் எல்லாம் பிரதிநிதித்துவம் கிடைக்கும்படிச் செய்யவேண்டும்.

இதனையடுத்து திராவிட விடுதலைப் படையை நிர்மாணிக்கும் பணியில் ஈ.வெ.கி. சம்பத்தை ஈடுபடுத்தினார் பெரியார். இவர் பெரியாரின் சகோதரர் ஈ.வெ. கிருஷ்ணசாமியின் மகன். அவ ரோடு எஸ். கருணானந்தம் என்பவரும் தாற்காலிக அமைப்பாள ராக நியமிக்கப்பட்டார்.

அந்தப் படையைச் சேர்ந்தவர்கள் கறுப்புச் சட்டை அணிய வேண்டும் என்றார் பெரியார். அதன்மூலம் மற்ற தொண்டர் களிடம் இருந்து தனித்து அடையாளம் காணமுடியும் என்பது பெரியாரின் எண்ணம்.

உடனடியாக திராவிடர் கழக இளைஞர்கள் பலர் கறுப்புச் சட்டை அணியத் தொடங்கினர். ஆனால் இந்தக் கறுப்புச் சட்டை விவகாரத்தில் கட்சிக்குள் லேசான கருத்து வேறுபாடு ஏற்பட்டது. புகைச்சல் என்பதுதான் பொருத்தமாக இருக்கும்.

குறிப்பாக பெரியாரின் அணுக்கத் தொண்டரான அண்ணா துரைக்குக் கறுப்புச் சட்டைமீது துளியும் ஆர்வமில்லை. கறுப்பு சட்டை அணிவதை முடிந்தவரைத் தவிர்த்தார் அண்ணாதுரை. அவரைப் பின்பற்றிச் சில தலைவர்களும் தொண்டர்களும் வெள்ளை சட்டையுடனேயே இருந்தனர். இந்தச் சமயத்தில் குடியரசு இதழில் கறுப்புச்சட்டைக்கான விளக்கம் வெளியிடப் பட்டது.

‘இழிவு கொண்ட மக்கள் தங்கள் இழிவை உணர்ந்து வெட்கமும் துக்கமும் அடைந்திருக்கிறார்கள். அவற்றை நீக்குவதற்குத் தங்களை ஒப்படைப்பதோடு அதற்காக உழைக்கவும் தயாராக இருக்கிறார்கள் என்பதை வெளிப்படுத்தும் வகையிலேயே கறுப்புசட்டை அணிய வேண்டும்.’

கட்சியின் கொடி குறித்த விவாதம் எழுந்தது. கறுப்பு - சிவப்பு என்ற இரண்டு நிறங்களைக் கொண்டு கொடி உருவாக்கப்பட வேண்டும் என்ற கருத்து முன்வைக்கப்பட்டது. அதற்குப் பெரும் பாலானோர் ஆதரவு தெரிவித்தனர். காரணம், அதற்குச் சொல்லப்பட்ட விளக்கம். கறுப்பு நிறம் என்பது தமிழர் களின் இழிநிலை. சிவப்பு நிறம் இழி நிலையை வேரறுக்கும் புரட்சியின் நிறம்.

கறுப்பு மையால் சதுர வடிவம் உருவாக்கப்பட்டது. மையத்தில் சிவப்பு வட்டம் வைக்க சிவப்பு மையைத் தேடினர் தோழர்கள். அப்போது ஒரு இளைஞர் சட்டென்று தன்னுடைய கைவிரலைக் குண்டூசியால் குத்திக்கொண்டார். வழிந்தோடிய ரத்தத்தைக் கொண்டு கறுப்பு சதுரத்தின் மையத்தில் பொட்டு போலத் தீட்டி னார். கட்சியின் கொடி வடிவமைப்புச் செய்யப்பட்டது. ரத்தப்பொட்டு வைத்த நபர் குடியரசு பத்திரிகையில் பணி யாற்றிய மு. கருணாநிதி.

9. இணைதல், பிரிதல்

1946 மே மாதம். மதுரையில் கறுஞ்சட்டை மாநாட்டுக்கு ஏற்பாடு செய்தார் பெரியார். மாநாட்டைத் தொடங்கி வைத்துப் பேசுகின்ற பொறுப்பை அண்ணாதுரையிடம் கொடுத்தார். எதிர்ப்புத் தெரிவிப்பவரிடமே பொறுப்பைக் கொடுத்துவிட்டால் அவருடைய முடிவை அவரே எடுத்ததாகவே பார்க்கப்படும். பேசப் படும். வேறு யார் மீதும் பழி விழாது.

யாரும் எதிர்பாராத வகையில் கறுப்புச் சட்டை சகிதம் மாநாட்டில் கலந்துகொண்டார் அண்ணா துரை. குருவை மிஞ்சிய சிஷ்யர். அவர் பேசிய பேச்சுத் தொண்டர்களிடையே பலத்த ஆதரவைப் பெற்றது.

மாநாட்டுக்குப் பிறகு திராவிட நாடு கோரிக்கை விஷயத்தில் மிகுந்த தீவிரத்துடன் இயங்கத் தொடங்கினார் பெரியார். திராவிட நாடு கொள்கையை விளக்கும் விதமாக அவர் வாயிலிருந்து வந்த ஒவ்வொரு வார்த்தையும் வீரியமிக்கதாக இருந்தது.

'திராவிட நாட்டின் பூரண விடுதலையே திராவிடர் கழகத்தின் கொள்கை. பிரிட்டிஷ்காரன் திராவிடர்களுக்கு எதிரி. அவனே துரோகி. அவன் வெளியேறுவதை எந்தக் காரணத்தை முன்னிட்டும் திராவிடர் கழகம் தடுக்காது'. திராவிட நாடு பிரிந்தே தீரப்போகிறது. யார் தடுத்தாலும் நிற்காது. எவர் குறுக்குச்சால் ஓட்டினாலும் பயன்படாது. மொழிவாரி மாகாணங்கள் வயிற்றுவலிக்கு விளக்கெண்ணெய் தடவுவது போல. தலைவலிக்குக் காபி குடிப்பது போல. தற்காலிக நிவாரணம்தான். வலி நிற்காது. நினைவிருக்கட்டும்.'

இந்தியாவுக்கு சுதந்தரம் கிடைக்கப் போகிறது என்ற பேச்சு மெல்ல மெல்லப் பரவத் தொடங்கியது. ஆனால் பெரியாரோ அப்படிக் கிடைப்பது சுதந்தரம் அல்ல. வெறும் எஜமானன் மாற்றமே என்றார். இந்தக் கருத்தை வலியுறுத்தி ஜூலை 28, 1947 விடுதலையில் தலையங்கம் எழுதப்பட்டது.

'வெள்ளை ஏகாதிபத்தியத்தின் நாற்காலியில் சுதேசி ஏகாதிபத்தியம் அமரும் தினம். பிரிட்டிஷ் சுரண்டல் கூட்டத்துக்குப் பதிலாக வடநாட்டுச் சுரண்டல் கூட்டம் அதிகாரம் பெறும் நாள்.'

ஆனாலும் பெரியாருக்கு ஆத்திரம் அடங்கவில்லை. விடுதலையில் ஆகஸ்டு 15 குறித்த எச்சரிக்கை ஒன்றை வெளியிட்டார். 'திராவிடர்களே! ஆகஸ்டு 15ஆம் தேதி ஆரியரும் வடநாட்டாரும் நம்மை ஏமாற்றும் நாள். ஏமாந்து விடாதீர்கள்!'

தொடர்ந்து கழகத்தின் முக்கியத் தலைவர்களைப் பல ஊர்களுக்கும் நேரில் அனுப்பி திராவிட நாடு பிரிவினை பற்றியும் ஆகஸ்டு 15ன் அபாயங்கள் குறித்தும் பிரசாரம் செய்ய உத்தரவிட்டார். ஆனால் திட்டமிட்டபடி இந்தியாவுக்கு சுதந்தரம் வழங்கப்பட்டது.

ஆத்திரத்தை அடக்கமுடியாமல் எரிச்சலை உமிழ்ந்தார் பெரியார். வெள்ளையனுக்குப் பதிலாக பார்ப்பனர்கள் ஆட்சி அமைப்பதற்குப் பாலம் போட்டுக்கொடுக்கும் சுதந்தரதினம் நம்மைப் பொறுத்தவரைத் துக்கத் தினம். நேற்றுவரை வெள்ளையனுக்கு அடிபணிந்து கிடந்த நாம் இனிமேல் பார்ப்பனர்களுக்கு அடிமைபட்டுக் கிடக்கவேண்டும் என்பதையே இந்த சுதந்தரம் எடுத்துச் சொல்கிறது. ஆகவே திராவிடர் கழகத் தோழர்களே,

நாடு முழுக்கத் துக்கத் தினம் அனுசரியுங்கள் என்று ஆவேசப் பட்டார்.

பெரியாரின் இந்த அறிவிப்பு திராவிடர் கழகத்துக்குள் இரு வேறு கருத்துகளை ஏற்படுத்தியது. 'என்னதான் திராவிடர் கழகத்துக்குத் தலைவர் என்றாலும்கூட 'சுதந்தரம்', 'திராவிட நாடு' போன்ற உயிர்நாடிக் கொள்கை விஷயத்தில் கட்சியின் அடுத்தக்கட்டத் தலைவர்களிடம் கலந்து பேசாமல் துக்கநாள் அறிவிப்புக் கொடுக்கலாமா?' என்று அண்ணாதுரையின் ஆதரவாளர்கள் முணுமுணுக்கத் தொடங்கினர். தன்னுடைய எதிர்ப்பை திராவிட நாடு இதழில் எழுத்துமூலம் வெளிப் படுத்தினார் அண்ணாதுரை.

நேற்றுவரை இரண்டு பேர் நம்முடையத் தோளில் சவாரி செய்துகொண்டிருந்தனர். தற்போது அதில் ஒருவர் விலகி யிருக்கிறார். சுமை குறைந்திருந்திருக்கிறது. ஆகவே, ஆகஸ்டு 15 இன்பநாள் என்பதுதான் அண்ணாதுரையின் வாதம். வார்த்தைக்கு வார்த்தை பெரியாரின் கருத்துக்கு நேர் எதிராக இருந்தது அண்ணாதுரையின் கருத்து. திராவிடர் கழகத்துக்குள் மீண்டும் சலசலப்பின் ஓசை கேட்கத் தொடங்கியது.

ஜனவரி 30, 1948ல் காந்தி சுட்டுக்கொல்லப்பட்டார். இந்தியாவை உலுக்கிய இந்தச் செய்தி பெரியாரையும் சாய்த்து வீழ்த்தியது. நாடு முழுக்க காந்திக்கு இரங்கல் கூட்டங்கள் நடத்துமாறு கழகத்தினரைக் கேட்டுக் கொண்டார். முக்கியமாக காங்கிரஸ் கட்சி சார்பில் இரங்கல் கூட்டங்கள் நடத்தப்பட்டால் அவற்றில் சென்று கலந்துகொண்டு பேசுவதற்கும் அனுமதி கொடுத்தார், அரசியல் பேசக்கூடாது என்ற நிபந்தனையோடு.

மேலும், இந்தியாவுக்கு காந்திஸ்தான் என்றும் இந்து மதத்துக்கு காந்தி மதம் என்றும் பெயர் சூட்டவேண்டும் என்ற தன்னுடைய விருப்பத்தை வெளிப்படுத்தினார்.

•

மார்ச் 1, 1948. பெரியாரின் இல்லம் மற்றும் அலுவலகத்துக்குள் காவல்துறையினர் திடுதிப்பென நுழைந்து சோதனை நடத்தினர். என்ன ஏது என்று விசாரித்தபோது அரசாங்கம் திராவிடர் கழகத்தின் கறுஞ்சட்டைப் படையைத் தடை செய்திருப்பதாகக் கூறினர்.

சோதனைகள் முடிந்ததும் அறிக்கை வெளியிட்ட பெரியார், 'என்னை அழிக்க நினைத்தால் அது பிராமணீயத்தின் அழிவுக்கு அடிகோலும். இனிமேல் பிராமணாள் என்று அழைக்கப் போவதில்லை. பார்ப்பான் என்றே அழைக்கப்போகிறோம். பூணூல் கூட்டம் இருக்கும் வரை கறுஞ்சட்டைக் கூட்டமும் இருக்கும். உச்சிக்குடுமி ஆதிக்கம் இருக்கும் வரை கறுப்புக் கொடி பறக்கும்' என்று ஆவேசப்பட்டார்.

அண்ணாதுரை தீவிரமாக எதிர்த்த கறுஞ்சட்டைப்படை தடை செய்யப்பட்டது அவருடைய ஆதரவாளர்கள் மத்தியில் உற்சாகத்தை ஏற்படுத்தியது. இதனால் திராவிடர் கழகத்தில் அண்ணாதுரையின் கை ஓங்கி வருகிறதா என்று சிலர் கேள்விகள் எழுப்பினர். இதற்குக் காரசாரமாகப் பதிலளித்தார் பெரியார்.

ஒரு இயக்கத்துக்கு ஒரு தலைவர் மட்டும்தான் இருக்க வேண்டும். மற்ற அனைவரும் அவரைப் பின்பற்றுவதுதான் முறை. என்னுடைய இயக்கத்தில் இணைய விரும்புகிறீர்களா? வாருங்கள். என்னுடன் பேசுங்கள். கேள்வி கேளுங்கள். பதில் சொல்கிறேன்.

உங்களுடைய பகுத்தறிவும் மனசாட்சியும் என்னுடைய கொள்கைகளை ஏற்றுக்கொண்டால் என்னுடைய கட்சியில் சேருங்கள். சேர்வதற்கு முன்னர் எத்தனை நாள்கள் வேண்டு மானாலும் சிந்தியுங்கள். தவறே இல்லை.

பகுத்தறிவின் அடிப்படையில் என்னுடைய கட்சியில் இணைந்து விட்ட மறுநொடியில் இருந்து மேற்கண்ட பகுத்தறிவு, மனசாட்சி எல்லாவற்றையும் தூக்கி ஓரமாக வைத்துவிட்டு நான் சொல்வதை மட்டும் கேளுங்கள். செய்யுங்கள். இது சர்வாதி காரம்தான். இது பிடிக்கவில்லை என்றால் விலகிவிடுங்கள்.

உள்ளேயே இருந்துகொண்டு அதிருப்தியை வெளிப்படுத்திக் குதர்க்கம் பேசும் விஷமத்தனத்தில் ஈடுபடவேண்டாம். கட்சி விஷயத்தில் கருத்து வேறுபாடு இருந்தால் அது ஏற்கத்தக்க தல்ல. ஒருவேளை யாரேனும் எதிர்கருத்தை வெளிப்படுத்தினால் அது ஒரு விளம்பர உத்தி.

அத்தனையும் அண்ணாதுரைக்குக் கொடுக்கப்பட்ட பதிலடிகள். இந்தச் சமயத்தில் தூத்துக்குடியில் நடைபெற்ற மாநாட்டில் அண்ணாதுரை கலந்துகொள்ளவில்லை.

இது பலத்த சலசலப்பை ஏற்படுத்தியது. மாநாட்டில் கலந்து கொண்டு பேசிய நடிகர் எம்.ஆர். ராதா, அண்ணாதுரையைக் கடுமையாக விமரிசனம் செய்தார். இதற்கு அண்ணாதுரையின் ஆதரவாளரான கருணாநிதி எதிர்ப்பு தெரிவித்தார்.

பெரியாருக்கும் அண்ணாதுரைக்கும் உரசல்கள் உருவாகி யிருந்த சமயத்தில் அவர்களை இணைத்துவைக்கும் பொறுப்பை அரசாங்கம் ஏற்றுக்கொண்டது. ஆம். 1948 ஜூன் மாதத்தில் இந்தி தமிழ்நாட்டில் விருப்பப்பாடமாக இருக்கும் என்று ஓமந்தூர் ராமசாமி ரெட்டியார் தலைமையிலான அரசு அறிவித்தது.

தெளிவாகச் சொல்வதென்றால் சென்னை மாகாணம் முழுக்க உயர்நிலைப் பள்ளிகளின் முதல் மூன்று படிவங்களில் இந்தி கட்டாயமாகப் பயிற்றுவிக்கப்பட வேண்டும். ஒவ்வொரு உயர்நிலைப் பள்ளியிலும் ஒரு இந்தி ஆசிரியர் அவசியம் பணியாற்ற வேண்டும்.

ராஜாஜி காலத்தில் செல்லுபடி ஆகாமல் ஓடி ஒளிந்த கட்டாய இந்தி, விருப்ப மொழி என்ற போர்வையுடன் மறுபிரவேசம் செய்வதைக் கடுமையாகக் கண்டித்த பெரியார், இரண்டாவது மொழிப் போராட்டத்துக்கு அழைப்பு விடுத்தார்.

சூட்டோடு சூடாக இந்தி எதிர்ப்புக் கமிட்டி உருவாக்கப்பட்டது. அதில் பெரியார், அண்ணாதுரை, பாரதிதாசன், ம.பொ. சிவஞானம், கி.ஆ.பெ. விசுவநாதம் உள்ளிட்டோர் இடம் பெற்றனர்.

'இந்தியோடு வடநாட்டரையும் சேர்த்தே ஒழிக்கவேண்டிய அவசியம் வந்துவிட்டது. அதற்குச் சரியான சந்தர்ப்பமும் இதுதான். முறையாகப் பயன்படுத்திக் கொள்ள வேண்டும். இல்லாவிட்டால் நம்முடையச் சந்ததியினர் நம்மை இழிவாக நினைக்க வேண்டி இருக்கும். போராட்டத்தைத் தொடங்கு வோம். குண்டடிபட்டு இறந்தாலும் குண்டு மார்பில் பாய்ந் திருப்பது நல்லது.'

பெரும் எழுச்சிக்கு வித்திட்டது பெரியாரின் அறைகூவல். எங்கும் எதிர்ப்பு. எங்கும் ஆர்ப்பாட்டம். போராட்டத்துக்குச் சர்வாதிகாரியாக (படைத்தலைவர்) அண்ணாதுரையை நியமித்தார்.

மாணவர்கள் பள்ளிக்குச் செல்லவேண்டும். வகுப்புகளில் கலந்துகொள்ள வேண்டும். இந்தி வகுப்புத் தொடங்கும் சமயத்தில் புறக்கணித்துவிடவேண்டும். புறக்கணிப்பு ஒரு பக்கம், போராட்டம் இன்னொரு பக்கமாக இந்தி எதிர்ப்பு வலுத்துக் கொண்டிருந்தது.

•

அக்டோபர் 23, 1948. திராவிடர் கழகம் சார்பாக ஈரோட்டில் சிறப்பு மாநாடு ஒன்று கூட்டப்பட்டது. அதற்கு யாரைத் தலைவராகப் போடுவது? அருகில் இருந்த தோழர்களிடம் கேட்டார் பெரியார்.

'அண்ணாதுரையை...'

'சரி... அவங்களுக்குத் தகவல் சொல்லிடுங்க.'

மாநாட்டுத் தலைவரை மேடைக்கு அழைத்து வருவதற்குத் தடபுடலான ஏற்பாடுகள் செய்யப்பட்டன. அண்ணாதுரையைக் குதிரைகள் பூட்டிய சாரட் வண்டியில் ஏற்றினர் தொண்டர்கள். இடுப்பில் ஒரு துண்டைக் கட்டிக்கொண்டு ஊர்வலத்தில் நடந்தே வந்தார் பெரியார்.

அண்ணா பேசிய பிறகு பெரியார் மைக்கைப் பிடித்தார். அவர் பயன்படுத்திய ஒவ்வொரு வார்த்தையும் அண்ணாதுரை ஆதர வாளர்களை உச்சிக்குளிர வைத்தன.

தனக்கு வயதாகிவிட்டதால் இனிமேலும் கழகத்தை வழிநடத்த முடியாது என்றும் படித்தவர், பகுத்தறிவாளர், எழுத்தாளர், பேச்சாளர், இளைஞர் என்ற அத்தனை தகுதிகளையும் கொண்ட அண்ணாதுரை இனிமேல் கழகத்தை வழிநடத்துவார் என்றும் அறிவித்தார்.

வயதான தந்தை தன்னுடைய பொறுப்பை மகனிடம் கொடுப் பதே நியாயம். அதன்படி என்னுடைய பெட்டிச்சாவியை இன்று உங்கள் அத்தனை பேரின் முன்னிலையில் அண்ணாதுரையிடம் ஒப்படைத்துத் தந்தைக்குரிய கடமையை நிறைவேற்றுகிறேன். இனிமேல் மகன் தன்னுடைய கடமையையும் பொறுப்பையும் உணர்ந்து செயல்படவேண்டும்.

தொண்டர்கள் கோஷமிட்டு உற்சாகத்தை வெளிப்படுத்தினர். வாழ்க பெரியார்... வாழ்க அண்ணாதுரை!

மணியம்மையுடன் பெரியார்

என்னதான் அண்ணாதுரையைப் பாராட்டிப் பேசினாலும்கூட அவர்மீதும் அவருடைய அணுக்கத் தம்பிகள் மீதும் பெரியாருக்குச் சந்தேகம் அரித்துக்கொண்டே இருந்தது. தன்னுடைய கட்சிக்கும் சொத்துகளுக்கும் வாரிசாக ஒரு சிறுவனைத் தத்தெடுத்துக் கொள்வது என்று முடிவு செய்தார் பெரியார்.

ஏற்பாடுகள் மின்னல் வேகத்தில் நடந்தன. திடீரென அந்தச் சிறுவன் மனம் மாறிவிடவே, தத்தெடுக்கும் காரியம் சித்தமாக

வில்லை. அதிருப்தியின் உச்சத்துக்குப் போய்விட்டார் பெரியார். ஆனாலும் தத்து எடுக்கும் எண்ணத்தில் மாற்றமில்லை என்று தொண்டர்களிடம் உறுதியாகக் கூறிவிட்டார்.

இந்தச் சமயத்தில் அண்ணாதுரை, அன்பழகன், கருணாநிதி என்ற திராவிடர் கழகத்தின் முக்கியத் தலைவர்கள் பற்றி முரண்பட்ட தகவல்கள் பெரியாரின் கவனத்துக்குக் கொண்டு செல்லப் பட்டன. குழப்பமாக இருந்தது பெரியாருக்கு.

திடீரென ஒருநாள் 'விடுதலை'க்கு குறிப்பு ஒன்றை எழுதி அனுப்பினார். அதில் இந்த மூவர் தொடர்பாக எழுதியிருந்தார். ஆனால் பெரியார் குறிப்பிட்ட செய்தி எதுவும் விடுதலையில் வெளியாகவில்லை.

இதன் பின்னணியில் செயல்பட்டவர்கள் விடுதலை ஆசிரியர் குருசாமி மற்றும் ஈ.வெ.கி. சம்பத் ஆகியோர் என்று தெரிய வரவே வருத்தத்தில் நிலைகுலைந்து போனார் பெரியார்.

●

மே 14, 1949. பணி நிமித்தமாக ராஜாஜி திருவண்ணாமலைக்கு வருவதாகப் பெரியாருக்குத் தகவல் கிடைத்தது. ஏற்கெனவே கேள்விப்பட்டிருந்த சங்கதிகள், வாரிசு நியமிப்பது தொடர்பான சிக்கல்கள் மற்றும் இன்னபிற விஷயங்கள் பற்றியெல்லாம் தன்னுடைய நண்பர் ராஜாஜியிடம் கலந்து பேசினால் நன்றாக இருக்கும் என்று நினைத்தார் பெரியார்.

நினைத்த மாத்திரத்தில் புறப்பட்டும்விட்டார். உடன் மணி யம்மையும் சென்றார். கிட்டத்தட்ட ஒரு மணி நேரத்துக்கு மேல் பேச்சு நீடித்தது.

முதல்நாள்வரை ராஜாஜிக்கு எதிராகப் பேசிக் கொண்டும் செயல்பட்டுக் கொண்டும் இருந்த பெரியார் திடீரென அவரையே நேரில் சென்று சந்தித்தது திராவிடர் கழகத்தினர் மத்தியில் பல கேள்விகளை எழுப்பியது.

ஆனால் ஒருவர் கூடப் பெரியாரிடம் நேரில் சென்று கேட்க வில்லை. அதற்கான தைரியமும் இல்லை. இதுதான் பெரியாரின் ஆகப்பெரிய பலம். ஆனாலும் உள்ளுக்குள் எல்லோருக்கும் புகைந்துகொண்டே இருந்தது.

ராஜாஜியுடன்...

நாள்கள் கடந்தன. கோவையில் முத்தமிழ் மாநாடு ஒன்றுக்கு அழைப்பு விடுத்தார் பெரியார். இதில் அண்ணாதுரை உள்ளிட்ட தலைவர்கள் பெரும்பாலானோர் கலந்து கொண்டனர். கடந்த சில நாள்களாக உள்ளத்தில் கொதித்துக் கொண்டிருக்கும் கேள்வியை மாநாட்டில் வைத்தே பட்டவர்த்தனமாகக் கேட்டுவிடுவது என்று முடிவு செய்திருந்தார் அண்ணாதுரை.

பேசுவதற்கு அழைக்கப்பட்டார் அண்ணாதுரை. 'திருவண்ணா மலையில் நடைபெற்ற ராஜாஜியுடனான சந்திப்புக்கு பெரியார் அவர்கள் பொதுமக்களுக்கு விளக்கவேண்டும்'

விபரீதம் ஏதோ நடக்கப்போகிறது என்று தொண்டர்கள் பதறினர். மற்ற தலைவர்கள் அனைவரும் பெரியாரையும் அண்ணாதுரையையுமே மாற்றி மாற்றிப் பார்த்தனர். பெரியாரோ துளியும் அலட்டிக்கொள்ளவில்லை.

'அது என்னுடைய சொந்த விஷயம். அதற்கும் கட்சிக்கும் தொடர்பில்லை.'

மாநாட்டுக்குப் பிறகு பேசிய பெரியார், 'உண்மையில் கட்சியை யும் சொத்துக்களையும் ஒப்படைத்துவிட்டுச் செல்வதற்கு நம்பிக்கையான நபர் இன்னும் கிடைக்கவில்லை. அதற்காகவே அவரைச் சந்தித்துப்பேசினேன்' என்றார். அத்தோடு நிறுத்திக் கொள்ளவில்லை. விடுதலையில் விளக்கம் என்ற பெயரில் அனல் பறக்கும் கேள்வியோடு கூடிய அறிக்கை ஒன்றை வெளியிட்டார்.

நம்பிக்கைக்குரியவர் கிடைக்கவில்லை என்றால் அதற்காக யாரும் கோபப்பட வேண்டிய அவசியம் இல்லை. மாறாக, தகுதியுடைய ஒருவரைக் காட்டுங்கள். ஏற்றுக் கொள்கிறேன். நம் இயக்கத்துக்குத் தொண்டாற்ற, பொறுப்பேற்க, முழுநேரத் தோழர்கள், தங்களை முழுதும் ஒப்படைப்பவர்கள் யார் இருக்கிறார்கள் - யார் இருந்தார்கள்?

அண்ணாதுரை மற்றும் அவருடைய ஆதரவாளர்களுக்கு பலத்த அதிர்ச்சி. இத்தனை ஆண்டுகால கழகப் பணிகளுக்கு பிறகும் தங்கள் மீது பெரியாருக்கு நம்பிக்கை ஏற்படவில்லையா?

பெரியாருக்கு ஆதரவாக ஒரு பிரிவினர், அண்ணாதுரைக்கு ஆதரவாக இன்னொரு பிரிவினர். வாதப்பிரதிவாதங்கள் சகட்டு மேனிக்கு நடந்து கொண்டிருந்தன. எல்லாவற்றையும் கேள்விப் பட்ட பெரியார் இறுதியாக அறிக்கை ஒன்றை வெளியிட்டார்.

'எனக்கும் என்னுடைய சொத்துகளுக்கும் சட்டப்படியான வாரிசு ஒருவரை ஏற்படுத்திக் கொள்ள வேண்டிய அவசியத்தில் இருக்கிறேன். அதற்காக என்னுடன் ஐந்தாறு ஆண்டுகளாகப் பழகி நம்பிக்கை கொண்டதும் என் நலத்திலும் இயக்க நலத்திலும்

உண்மையான பற்றும் கவலையும் கொண்டுள்ள மணியம்மையை வாரிசாக ஆக்கிக்கொள்ள முடிவு செய்துள்ளேன். அதற்கான பத்திரம் தயாராகிக் கொண்டிருக்கிறது. அதில் பயன்படுத்தப்படும் சில சொற்களைப் படித்துவிட்டுக் கொள்கையே போய்விட்டது என்றோ அல்லது போய்விடும் என்றோ அச்சப்படத் தேவை யில்லை. நாளைக்கு இயக்கத்தை யார் வேண்டுமானாலும் கைப்பற்றிவிடலாம். அது ஒருவர் கையிலேயே இருக்கவேண்டும் என்றால் அதாவது ஏற்ற ஒரு லட்சியத்திலேயே இருக்கவேண்டு மானால் நிதியும் அதைவிட முக்கியமான திடமாக நடத்துபவர் களும் வேண்டும். அல்லது இயக்கப் பொருள் வேறு கொள்கைக் காரர்கள் கைக்குப் போகாமல் பாதுகாப்பதும் வேண்டும். பிரஸ்தாபத் திருமணம் என்பது சட்டப்படியான பெயரே ஒழிய, காரியப்படி எனக்கு வாரிசுதான்.'

அந்தக்கால இந்து சட்டவிதிகளின்படி ஒரு பெண்ணை வாரி சாகத் தத்தெடுக்க முடியாது. மாறாக, மனைவியாக்கிக் கொண் டால் வாரிசாக ஆக்கிவிடலாம்!

●

'பெரியார், மணியம்மையைப் பதிவுத் திருமணம் செய்து கொள்ளப்போகிறார்'

ஜூன் 18, 1949 அன்றுதான் இந்தச் செய்தி கசிந்தது. பதிவாளர் அலுவலக வாசலிலும் அதற்கான அறிவிப்பு ஒட்டப்பட்டது. அவ்வளவுதான். கழகத்துக்குள் இனம் புரியாத பதற்றம். சிலர் ஆத்திரப்பட்டனர். சிலர் ஆவேசம் பொங்கப் பேசினர். சிலர் கொந்தளித்தனர். இன்னும் சிலர் வெம்பி வெடித்து அழுதனர். இன்னும் சிலரோ பெரியார் அடுத்து என்ன செய்யப்போகிறார் என்று ஆவலுடன் காத்துக்கொண்டிருந்தனர்.

ஏகப்பட்ட தந்திகள். நிற்காமல் வந்துகொண்டிருந்தன. அத்தனையும் பெரியார் பெயருக்கு. உணர்ச்சிவசப்பட்ட கழகத் தொண்டர்கள் உடனடியாகத் திருமணத்தை நிறுத்தவேண்டும் என்று எழுதியிருந்தனர்.

விடுதலை அலுவலகத் தொலைபேசிகள் நிற்காமல் அலறிக் கொண்டிருந்தன. இத்தனை கூத்துகளும் நடந்துகொண்டிருக்கும் சமயத்தில் பெரியார் ஏற்காட்டில் ஓய்வெடுத்துக் கொண்டிருந் தார். அண்ணாதுரையோ காஞ்சிபுரத்துக்குப் போய்விட்டார்.

கும்பகோணம் கே.கே. நீலமேகம் தலைமையில் என்.வி. நடராசன், எஸ். குருசாமி, வேலூர் திருநாவுக்கரசு, கடலூர் குருசாமி ஆகியோர் சென்று பெரியாரைச் சந்தித்துப் பேசினர். 'அய்யா, கழகநலன் கருதி மணியம்மையைத் திருமணம் செய்துகொள்ளும் முடிவைக் கைவிட்டால் நன்றாக இருக்கும்'

திட்டவட்டமாக மறுத்து விட்டார் பெரியார். பிறகு டி.எம். பார்த்தசாரதி, காஞ்சி மணிமொழியார் உள்ளிட்டோரைக் கொண்ட இன்னொரு தூதுக்குழு பெரியாரைச் சந்தித்துப் பேசியது. பெரியார் அளித்த பதிலால் சுவற்றில் அடித்த பந்தாகத் திரும்பிவந்துவிட்டது இந்தக்குழு.

'நாலு நாள்கள் புலம்புவார்கள். பிறகு அடங்கிவிடுவார்கள்' இதுதான் பெரியார் சொன்ன பதில்.

அண்ணாதுரை தலைமையிலான அதிருப்தியாளர்கள் சென்னையில் உள்ள கழகத்தோழர் ஒருவரது வீட்டில் குழுமினர். விரிவான அறிக்கை ஒன்றைத் தயார் செய்தனர். அதை வேண்டுகோளாக பெரியாருக்கு அனுப்பினர். அதன் சாரம் இதுதான். மணியம்மையைப் பெரியார் திருமணம் செய்து கொள்வது கழகத்துக்கு இழுக்கான விஷயம்.

ஆகவே, உடனடியாகத் திருமண ஏற்பாட்டை நிறுத்தவேண்டும். பதிவாளருக்குக் கொடுத்த விண்ணப்பத்தைத் திரும்பப் பெறவேண்டும். தவறும் பட்சத்தில் பெரியாரின் செயல்களை மேலும் கண்டித்துப் பேசவேண்டியிருக்கும்.'

மேலும் கடந்த ஆண்டு பெரியாரின் 71ம் பிறந்தநாளைக் கொண்டாடினோம். இந்த ஆண்டு அவர் தன்னுடைய திருமணத்தைக் காணும்படி நம்மை அழைக்கிறார். பெரியாருக்கு மனைவியாகப் போகும் மணியம்மைக்கு வயது 26. (இது அண்ணாதுரை சொன்ன கணக்கு) ஆனால் பெரியாருக்கோ 72. ஆகவே, இது பொருந்தாத திருமணம் என்றும் பேசினார் அண்ணாதுரை.

இதனை பெரியார் வன்மையாக மறுத்தார். 'மணியம்மை அறியாத சிறிய பெண் அல்ல. 31வது வயதும் (பெரியார் சொன்ன கணக்கு இது) பூப்படைந்து 15, 16 ஆண்டுளாக திருமணத்தை வெறுத்து இயக்கத் தொண்டில் ஈடுபட்டு வருகிற பெண்ணும் ஆகும்.

அதற்கு அதன் பதினான்காவது வயதில் திருமணமாகியிருந்தால் இன்று பேரக் குழந்தைகளைப் பெற்று இருக்கலாம். மணியம்மையின் தந்தையாரே அது திருமணம் செய்துகொள்ள இஷ்டப்படாததை ஏற்று, தங்கள் வீட்டிலேயே பூப்பெய்திய பின் 10, 11 ஆண்டுகாலம் திருமணம் இல்லாமல் வைத்து இருந்திருக்கிறார். ஆகவே, இது பொருந்தாத திருமணமும் அல்ல, மணியம்மையை ஏமாற்றும் திருமணமும் அல்ல.'

திட்டமிட்டபடியே ஜூலை 9, 1949 அன்று சென்னை தியாகராய நகரில் பதிவாளர் முன்னிலையில் பெரியார் - மணியம்மை இருவரும் பதிவுத் திருமணம் செய்து கொண்டனர். மறுநாள் வெளியான குடியரசு இதழில் மணியம்மையின் பெயர் சட்டப் படி மாற்றப்பட்டது. இனிமேல் ஈ.வெ.ரா. மணியம்மை.

அறிவிப்பு கண்டு அதிருப்தியாளர்களை வெகுவாகச் சோர்ந்து போனார்கள். கட்சி வேலைகளில் அதிருப்தியாளர்கள் சுணக்கம் காட்டினர். பெரியாரின் திருமணத்தை ஆதரித்த நிர்வாகிகள் மட்டும் கட்சி வேலைகளில் ஈடுபட்டனர். இரண்டு மாதங்கள் அதிருப்தியிலேயே நகர்ந்தன.

இடைப்பட்ட காலத்தில் அண்ணாதுரை உள்ளிட்டோர் அடுத்த கட்ட நடவடிக்கை குறித்துத் தீவிரவிவாதத்தில் ஈடுபட்டிருந் தனர். நடக்கும் அத்தனை விஷயங்களும் பெரியாரின் கவனத் துக்கு வந்துகொண்டே இருந்தன.

●

செப்டெம்பர் 17, 1949. பெரியார் பிறந்தநாள். திராவிடர் கழகத் தொண்டர்கள் இரண்டு கூறுகளாகப் பிரிந்து கிடந்தனர்.

ஒரு கூறு எதைப்பற்றியும் கவலைப்படாமல் பெரியாரின் பிறந்தநாளை எப்படிக் கொண்டாடுவது என்று சிந்தித்துக் கொண்டிருந்தது. அண்ணாதுரை தலைமையிலான இன்னொரு கூறோ தங்களுடைய அடுத்த கட்ட நடவடிக்கை பற்றி ஆலோசனையில் மூழ்கியிருந்தது.

ஆளுக்கொரு கருத்துச் சொன்னார்கள். எல்லோரும் கட்சியை விட்டுச் சென்றுவிடலாம் என்றார் ஒருவர். எதற்காக நாம் வெளியே செல்லவேண்டும். பெரியாரைக் கட்சியில் இருந்து நீக்கிவிடலாம் என்று ஆவேசப்பட்டது ஒரு அவசரக்குடுக்கை.

எல்லோரையும் அமைதிப்படுத்திய அண்ணாதுரை, திராவிடர் கழகப் பொதுச்செயலாளர் என்ற முறையில் அதன் நிர்வாகக்குழு கூட்டத்துக்கு அழைப்பு விடுத்தார்.

மொத்தமுள்ள நாற்பத்தியாறு உறுப்பினர்களில் சரிபாதி உறுப்பினர்கள் இந்தக் கூட்டத்தில் கலந்து கொண்டனர். அதில் பேசிய அண்ணாதுரை தங்களுக்குக் கழகத்தைக் கைப்பற்றும் எண்ணம் அறவே இல்லை என்பதைத் தெளிவாகச் சொல்லி விட்டார். விஷயம் பெரியாரின் கவனத்துக்கு வந்தது. அமைதி யாக உட்கார்ந்திருந்தார். எதுவும் பேசவில்லை.

செப்டெம்பர் 18, 1949. கே.கே. நீலமேகம், என்.வி. நடராசன் உள்ளிட்டோரைக் கொண்டு புதிதாக உருவாக்கப்பட்டிருந்த அமைப்புக்குழு கூடியது.

'திராவிடர் கழகத்தில் ஏற்பட்ட குழப்பங்கள் காரணமாக நாம் முன்புபோலச் செயலாற்ற முடியாத சூழல் உருவாகியிருக் கிறது. இருந்த போதிலும் நாம் இதுநாள்வரை பரப்பிவந்த கொள்கைகளையும் லட்சியங்களையும் மக்கள் மத்தியில் கொண்டுசெல்ல திராவிட முன்னேற்றக் கழகம் என்ற பெயரில் அமைப்பை உருவாக்கி அதன்கீழ் செயல்படுவது' என்று தீர்மானம் செய்தனர்.

அதன்படியே தி.மு.க என்ற புதிய இயக்கம் உருவானது. அதன் பொதுச்செயலாளராக அண்ணாதுரை தேர்வு செய்யப்பட்டார். பெரியாரைத் தலைவராக ஏற்றிருந்த காரணத்தால் தி.மு.கவின் தலைவர் பதவி காலியாக இருக்கும் என்று அறிவித்தார் அண்ணாதுரை.

பெரியார் உருவாக்கிய திராவிடர் கழகம் தன்னுடைய முதல் பிளவைச் சந்தித்தது!

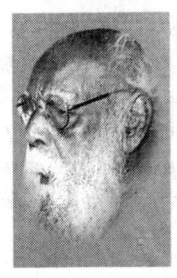

10. குலக்கல்வி என்றொரு எதிரி

அடுத்து என்ன செய்யவேண்டும் என்று மட்டுமே சிந்தித்தார் பெரியார். இந்தித் திணிப்பு திராவிடர்களுக்கு சமாதி கட்டும் சங்கதி. சென்னை மாகாணம் முழுக்க அடுத்தடுத்துப் பிரசாரக்கூட்டங்களை நடத்த வேண்டும். அசைவற்று இருந்தால் ஆபத்து என்றார். அவர் சொன்னபடியே திராவிடர் கழகம் தொண்டர்கள் சுறுசுறுப்படைந்தனர்.

மீண்டும் வீதிகளில் தமிழ் வாழ்க! இந்தி ஒழிக! கோஷங்கள் ஒலிக்கத் தொடங்கின. ஒவ்வொரு மாதமும் பதினெட்டாம் தேதியன்று இந்தி எதிர்ப்புத் தினத்தை அனுசரித்துக் கொண்டிருந் தார் பெரியார். அன்றைய தினம் சிறப்புக் கூட்டங் களில் கலந்து கொண்டு உரையாற்றுவார். உடல்நிலையில் பாதிப்பு ஏற்பட்டால் கொஞ்சம் ஓய்வு. மற்றபடி மேடையில்தான் வாழ்க்கை.

இதற்கிடையே பெரியார் பொன்மொழிகள் என்ற நூலுக்கு எதிராக வழக்கு ஒன்று நடந்து கொண்டிருந்தது. ஏராளமான வாய்தாக்கள்.

வழக்கு இழுத்துக் கொண்டே சென்றது. திடீரென ஒருநாள் வழக்கின் தீர்ப்பு வெளியானது. பெரியாருக்கு ஐநூறு ரூபாய் அபராதம். கட்டத்தவறினால் ஆறுமாதம் கொட்டடி வாசம். இன்னொரு வழக்குக்கும் தீர்ப்பு வெளியானது. அதுவும் புத்தகம் தொடர்பான வழக்கு. அதே தண்டனை. புத்தகத்தின் பெயர் ஆரிய மாயை. எழுதியவர் அண்ணாதுரை.

இருவரையும் திருச்சி சிறையில் அடைத்தது அரசு. அடுத்தடுத்த அறைகளில்.

பத்துநாள்கள். இருவரும் பேசிக்கொள்ளவில்லை. முகத்தோடு முகம் பார்க்கவில்லை. தாங்கள் உண்டு. தங்கள் கொட்டடி உண்டு என்று இருவருமே இருந்துவிட்டனர். பதினோறாவது நாள் இருவரும் விடுதலை செய்யப்பட்டனர். வெளியே வந்தனர். ஏராளமான தொண்டர்கள். அத்தனை பேரும் பெரியாருக்காக வந்தவர்கள். சுற்றும் முற்றும் பார்த்தார் பெரியார். யாரும் இல்லை, அண்ணாதுரையின் சார்பாக.

கண்களால் சாடை காட்டினார் பெரியார். மறுநொடி பெரியாரும் அண்ணாதுரையும் ஒரே வாகனத்தில் சென்று கொண்டிருந்தனர். திராவிடர் கழகத் தொண்டர்களுக்கெல்லாம் பலத்த ஆச்சரியம். திராவிட முன்னேற்றக் கழகத்தினருக்குக் கேட்கவும் வேண்டுமா?

•

உணவு விடுதிகளில் பிராமணாள் மட்டும் என்று தனியாக இடம் ஒதுக்கியிருப்பது ஏன்? கடைகள் மற்றும் நிறுவனங்களின் பெயர்ப் பலகைகளில் சாதி, மத அடையாளங்கள் ஏன்? 1950 அக்டோபர் மூன்றாவது வாரத்தில் கடைகளில் இருக்கும் சாதிப்பெயர்களை நீக்கும் போராட்டத்தை திராவிடர் கழகம் ஆரம்பித்தது.

முக்கியமாக வடநாட்டைச் சேர்ந்த ஜவுளிக்கடைகள் மற்றும் உணவகங்களுக்கு முன்னால் போராட்டம் நடத்தப்பட்டது. இந்தப் போராட்டத்துக்கு மக்கள் மத்தியில் பலத்த ஆதரவு கிட்டியது.

பிராமணாள் மட்டும் என்று எழுதப்பட்டிருந்த உணவகங் களுக்குள் நுழைந்த திராவிடர் கழகத்தினர் அந்த வாசகங்களை

தார் கொண்டு அழித்தனர். சாதி, மத அடையாளம் கொண்ட பெயர்ப்பலகைகளை அப்புறப்படுத்தினர். இந்தி எழுத்துகள் அடியோடு அழிக்கப்பட்டன. பெரியார் கொடுத்த ஊக்கத்தால் மாகாணம் முழுக்க இந்தி எதிர்ப்புப் போராட்டங்கள் தொடர்ந்து நடைபெற்றுக்கொண்டிருந்தன.

பெரியாரும் நிறைய மேடைகளில் பேசினார். சில மேடைகளில் நின்றுகொண்டு பேச இயலாதபோது நாற்காலியில் அமர்ந்த படியே பேசினார். பெரியாரின் ஆர்வம் தொண்டர்களை மேலும் மேலும் உற்சாகத்துடன் போராட்டத்தில் ஈடுபட வழிகாட்டியது.

●

1952ம் ஆண்டுக்கான தேர்தல் நெருங்கிக் கொண்டிருந்தது. தேர்தலில் காங்கிரஸ் கட்சிக்கு எதிராகப் பிரசாரம் செய்வது என்று முடிவு செய்திருந்தார் பெரியார். 'இத்தனை ஆண்டுகளாக காங்கிரஸ்காரன்தான் ஆட்சியில் இருக்கிறான். என்ன பெரிய சாதனையைச் செய்துவிட்டான். ஒன்றும் இல்லை. மக்கள் எப்போதும் போலவே இருக்கிறார்கள். பிரச்னைகளும் அப்படியே இருக்கின்றன. ஆதிக்கச் சிந்தனை அணுவளவும் குறையவில்லை. மீண்டும் மீண்டும் அவனிடமே அதிகாரத்தை ஒப்படைத்துவிட்டு நிற்கப்போகிறீர்களா?'

காங்கிரஸுக்கு ஓட்டு போடாதீர்கள் என்று பெரியார் பகிரங்க மாகப் பேசியது காங்கிரஸ் கட்சியினரை கதிகலங்கச் செய் திருந்தது. திராவிடர் கழகத்துக்கு அரசியலில் ஆர்வம் இல்லை. தேர்தலில் போட்டியிடாது. வீட்டை இடிக்கவேண்டும் என்றால் வெளியே இருந்துகொண்டுதான் அந்தக் காரியத்தைச் செய்ய வேண்டும். வீட்டுக்குள்ளேயே நுழைந்துகொண்டு இடிப்பது அறிவீனம் என்று பேசினார் பெரியார்.

தாய் கழகமான திராவிடர் கழகம் தேர்தலில் போட்டியிடாது என்ற சூழ்நிலையில் புதிதாகப் பிறந்திருந்த சேய் கழகமான திராவிட முன்னேற்றக் கழகம் என்ன செய்யப் போகிறது என்று எல்லோருமே ஆர்வத்துடன் கவனித்தனர், பெரியார் உள்பட.

●

திராவிட நாடு கொள்கையை ஏற்கிறோம், அதற்காகப் பாடு படுகிறோம் என்று உறுதிமொழிப் பத்திரத்தில் கையெழுத்திடும் வேட்பாளர்களைத் தி.மு.க ஆதரிக்கும் என்று அறிவித்தார்

அண்ணாதுரை. அதன்படி மாணிக்கவேலர், விழுப்புரம் ராமசாமி படையாட்சியார் போன்றோர் கையெழுத்திட்டனர்.

விஷயம் பெரியாருக்குச் சென்றது. மென்மையாகப் புன்னகை செய்துவிட்டுப் பேசினார். 'கையெழுத்துக் கேட்பது அர்த்தமில்லாத விஷயம். நாளை வார்த்தை மாறிவிட்டால் எப்படி அவர்கள் மீது நடவடிக்கை எடுக்கமுடியும்? காங்கிரஸ் கட்சியை வேரோடும் வேரடி மண்ணோடும் ஒழிப்பதுதான் என்னுடைய வேலை. இந்தக் காரியத்தைச் செய்வதாக எண்ணிக்கொண்டு கம்யூனிஸ்ட் கட்சிக்கு என்னுடைய ஆதரவை வழங்குகிறேன். திராவிடர் கழகத் தொண்டர்கள் கம்யூனிஸ்ட் தோழர்களுக்காகத் தீவிரமாக வேலை செய்யுங்கள்'

தேர்தல் பிரசாரம் சூடுபிடித்தது. பல தொகுதிகளில் திராவிடர் கழகமும் திராவிட முன்னேற்றக் கழகமும் ஒரே வேட்பாளருக்கு ஆதரவு கொடுத்திருந்தன. பெரியார் தன் பங்குக்கு காங்கிரஸ் எதிர்ப்புப் பிரசாரத்தை முடுக்கி விட்டிருந்தார். அண்ணாதுரையும் காங்கிரஸுக்கு எதிராக அனல் பறக்கப் பேசிக் கொண்டிருந்தார்.

கம்யூனிஸ்ட் கட்சியும் காங்கிரஸுக்கு எதிரான நிலைப்பாடு கொண்டுள்ள கட்சி. அத்தனையும் தேர்தல் முடிவுகளில் எதிரொலித்தன. காங்கிரஸ் கட்சிக்குக் கணிசமான அளவுக்குச் சேதாரம் ஏற்பட்டிருந்தது. எனினும் ஆட்சி அமைக்க அழைக்கப் பட்டது காங்கிரஸ் கட்சியே.

ராஜாஜியை முதலமைச்சராகத் தேர்வு செய்தது காங்கிரஸ் தலைமை. அவர் சட்டமன்றத் தேர்தலில் போட்டியிடவில்லை. எனினும் அவரையே மேல் சபை உறுப்பினராக்கி, முதலமைச்சராக்கி விடலாம் என்று முடிவு செய்திருந்தது காங்கிரஸ் தலைமை. இது பெரியாரை ஆத்திரமடையச் செய்தது.

மக்களைச் சந்திக்காமல் அவர்களுடைய ஆதரவைப் பெறாமல் கொல்லைப்புற வழியாக நாற்காலியைப் பிடித்தது மன்னிக்க முடியாத துரோகம். ஏற்றுக்கொள்ள முடியாத செயல் என்று தன்னுடைய நீண்ட நெடுங்கால நண்பரை சீறித்தள்ளிவிட்டார். பிறகு சட்டமன்றத்தில் நடைபெற்ற விவாதத்தின்போது கிட்டத்தட்ட பெரியாரின் வார்த்தைகளைக் கொண்டே ராஜாஜியை தாக்கிப் பேசினார் கம்யூனிஸ்ட் தலைவர் ப. ஜீவானந்தம்.

முதலமைச்சராகப் பதவியேற்ற ராஜாஜிக்கு இந்திக் காதல் சிறிதளவும் குறையாமல் அப்படியே இருந்தது. அதனை வெளிப்படுத்தவும் தயாராக இருந்தார்.

இனி ரயில் நிலையங்கள், அஞ்சலகப் பெயர்ப் பலகைகளில் இந்தியே பிரதானமானதாக இருக்கும் என்று அறிவித்தார் ராஜாஜி. இது பெரியாரை உசுப்பிவிடுவது போல இருந்தது. மீண்டும் ஒரு இந்தி எதிர்ப்புப் போராட்டத்துக்குத் தயாராக இருக்குமாறு திராவிடர் கழகத் தொண்டர்களுக்கு உத்தரவு பிறப்பித்தார் பெரியார்.

'மாகாணம் முழுக்க எல்லா ரயில் மற்றும் அஞ்சல் நிலையங் களுக்கும் திராவிடர் கழகப் போராட்டக்குழு நேரில் சென்று அங்கிருக்கும் பெயர்பலகைகளில் இருக்கும் இந்தி எழுத்துகளை தார் பூசி அழிக்கும்.'

திருச்சி தொடங்கி மாகாணத்தின் எல்லா மாவட்டங்களிலும் இந்தி எழுத்து அழிப்புப் போராட்டத்தில் ஈடுபட்டது திராவிடர் கழகம். இதே காரணத்துக்காக திராவிட முன்னேற்றக் கழகமும் போராட்டத்தில் ஈடுபட்டது. பெரியாரைக் கைது செய்வது சுலபம். ஆனால் ராஜாஜி அதைச் செய்யவில்லை. அவருக்குத் தெரியும். அடக்க நினைத்தால் அவர் ஆவேசம் அதிகரித்துவிடும்.

•

சில மாதங்கள் கம்யூனிஸ்டுகளுடன் உறவாடியதன் விளைவு பெரியார் மனத்துக்குள் தொழிலாளர்களின் உரிமைகள் பற்றிய சிந்தனைகள் ஓடத் தொடங்கின.

இந்த கம்யூனிஸ்டுகள் என்ன செய்கிறார்கள்? ஒரு அணா ரெண்டு அணா கூலி உயர்வு கேட்டு வெயிலில் நிற்கிறார்கள். கொடி பிடிக்கிறார்கள். போனால் போகட்டும் என்று கொஞ்சம் கூலி உயர்த்துகிறார்கள். பிறகு சத்தமே இல்லாமல் விலைவாசியை உயர்த்தி விடுகிறார்கள். இதனால் விவசாயிக்கு என்ன பலன்? காலம் முழுக்கத் தொழிலாளியைக் கூலிக்கு ஏங்குபவனாகவே வைத்திருக்கவேண்டுமா? இத்தனைக்கும் என்ன காரணம்?

தொழிற்சங்கங்களை வைத்திருப்பவர்கள் எல்லோருமே தேர்தல் சமயத்தில் வாக்குக் கேட்டு வீதிக்குச் செல்பவர்கள். அதற்காகத் தான் தேர்தலில் போட்டியிடாத அமைப்புகள் தொழிற்

சங்கங்களை உருவாக்கவேண்டும். அனுதினமும் இதைப் பற்றியே பேசிக்கொண்டிருந்தார் பெரியார். விளைவு, திராவிட விவசாயத் தொழிலாளர் சங்கம் உருவானது.

இங்கே இருக்கும் தொழிலாளர்கள் அத்தனைபேரும் திராவிடர்கள். விவசாயிகள் அத்தனைபேரும் திராவிடர்கள். பேசாமல் நீங்கள் எல்லோரும் நம்முடைய திராவிடர் கழகத்தின் தொழிற் சங்கமான திராவிட விவசாயத் தொழிலாளர் சங்கத்தில் இணைந்துவிடுங்கள் என்று பேசினார் பெரியார்.

எல்லோருக்குமே ஆச்சரியம். ஒருவேளை திராவிடம் என்ற வார்த்தை யாருக்கேனும் உறுத்தினால் நீங்கள் வரவேண்டாம். முகச்சுளிப்புடன் வந்தால் வேலை நடக்காது என்று சொன்னார் பெரியார். பிறகு தென்பகுதி ரயில்வேமென் யூனியனையும் உருவாக்கினார்.

●

இந்தச் சமயத்தில் ஒரு முக்கியமான நடைமுறையை திராவிடர் கழகத்தினர் பின்பற்றினர்.

கடவுள் இல்லை
கடவுள் இல்லை
கடவுள் இல்லவே இல்லை
கடவுளைக் கற்பித்தவன் முட்டாள்
கடவுளைப் பரப்பியவன் அயோக்கியன்
கடவுளை வணங்குபவன் காட்டுமிராண்டி

திராவிடர் கழகம் நடத்தும் எந்தவொரு கூட்டமும் இந்த முழக்கத்துக்குப் பிறகுதான் தொடங்கும். இந்தியைக் கொண்டுவர முயன்று பலத்த எதிர்ப்புகளைச் சந்தித்த ராஜாஜி, அடுத்த ஆயுதத்தைப் பிரயோகம் செய்தார். அது, குலக்கல்வித் திட்டம்.

தந்தை செய்த தொழிலைத்தான் தனயனும் செய்ய வேண்டும் என்பதுதான் அந்தத் திட்டத்தின் அடிநாதம். இதனைச் செயல்படுத்தும் விதமாக மாகாணத்தில் இருந்த ஆறாயிரம் கிராமத்துப் பள்ளிக்கூடங்களை மூடுமாறு அதிரடி உத்தரவு பிறப்பித்தார் ராஜாஜி.

தவிரவும், பள்ளிக்கூடங்கள் எல்லாம் இனி முழு நேரம் நடத்தத் தேவையில்லை. அரைநாள் மட்டும் போதுமானது, மீதி நேரத்தில் ஆண் பிள்ளைகள் அவருடைய தந்தை செய்யும் தொழிலை ஆசிரியர் கண்காணிப்பில் கற்றுக்கொள்ளவேண்டும் என்று உத்தரவு பிறப்பித்தார்.

இதன்மூலம் தச்சுவேலைச் செய்பவருடைய வாரிசு எதிர்காலத்திலும் தச்சு வேலையை மட்டுமே செய்ய வேண்டும், முடிதிருத்தும் தொழிலாளியின் மகன் அதே வேலையைத்தான் பெரியவனான பிறகு செய்ய வேண்டும். அரசாங்க குமாஸ்தாவாக வேலை பார்க்கும் பிராமணனின் வாரிசு அதே வேலையைச் செய்யவேண்டும்.

ராஜாஜியின் இந்தக் குதர்க்கத் திட்டத்தை வேறு வகையில் எதிர்ப்பது என்று முடிவு செய்தார் பெரியார். மே 27, 1953 அன்று அறிவிப்பு வெளியானது. 'மாகாணம் முழுக்க பிள்ளையார் சிலைகளைத் தூள் தூளாக உடைத்து எறியுங்கள். புத்தர் விழாவைப் பிரதானமாகக் கொண்டாடுங்கள்'

விநோதமாக இருந்தது பெரியாரின் அறிவிப்பு. முள்ளை முள்ளால் எடுப்பது போல ராஜாஜியின் அடிமனத்தில் ஒட்டிக் கொண்டிருந்த வர்ணாசிரம எண்ணத்தை அவருடைய பாதையில் சென்று எதிர்ப்பது என்று முடிவு செய்திருந்தார் பெரியார். அவருடைய உத்தரவுக்குப் பிறகு மாகாணம் முழுக்க பிள்ளையார் உடைப்புப் போராட்டம் ஜெகஜ்ஜோதியாக நடைபெற்றது. சாலை முழுக்க பிள்ளையார் சுக்கல் சுக்கலாகச் சிதறிக் கிடந்தார்.

போராட்டம் மெல்ல மெல்ல விஸ்வரூபம் எடுத்துக் கொண்டிருந்தது. இந்தி எதிர்ப்புப் போராட்டத்தின்போது திராவிடர் கழகத்தினரைக் கைது செய்யாமல் அமைதி காத்த ராஜாஜி இந்தமுறை கைது நடவடிக்கைக்கு உத்தரவிட்டார். காரணம், உடைபட்ட விஷயங்கள். ஒன்று, பிள்ளையார். மற்றொன்று, ராஜாஜியின் வர்ணாசிரம எண்ணம்.

திராவிடர் கழகத்தினர் தேடித் தேடிக் கைது செய்யப்பட்டனர். தடியடி நடத்தப்பட்டது. பிடியில் அடங்காமல் தப்பியவர்கள் மீது துப்பாக்கிப் பிரயோகம் நடத்தப்பட்டது. குலக்கல்வி மற்றும் இந்தி எதிர்ப்பு என்ற இரண்டு எதிரிகளையும் நசுக்கும் போராட்டத்தில் திராவிடர் கழகத்தில் தங்களை ஈடுபடுத்திக்

கொள்ளுமாறு கேட்டுக் கொண்டார் பெரியார். அத்தோடு ரயில் மூலமாக தமிழ்நாடு முழுக்கச் சுற்றுப்பயணம் மேற் கொண்டார்.

தொண்டர்களை நேரில் சந்திப்பதற்கு பெரியார் ஏற்படுத்திக் கொண்ட வாய்ப்பு அது. அதைப் போலவே ஒவ்வொரு ஊரில் ரயில் நிலையத்திலும் திராவிடர் கழகத் தொண்டர்கள் பெரு மளவில் கூடி பெரியாரைச் சந்தித்தனர். அவர்களை உற்சாகப் படுத்தும் வகையில் சில வார்த்தைகள் பேசி அனுப்பி வைத்தார் பெரியார்.

'இந்தி ஒழிக. தமிழ் வாழ்க' என்று கோஷங்களை எழுப்புமாறும் கறுப்புச் சட்டை அணிந்து கொண்டு போராட்டத்தில் ஈடுபடு மாறும் தொண்டர்களுக்கு அறிவுறுத்தினார். போராட்டம் விஸ்வரூபம் எடுக்கும்போதெல்லாம் ராஜாஜி அரசும் தன் னுடைய இரும்புக்கரத்தைக் கொண்டு கழகத்தினரை நசுக்கிக் கொண்டிருந்தது.

பொறுத்துப் பொறுத்துப் பார்த்த பெரியார், 'பிள்ளையாரை உடைத்த திராவிடர் கழகத்தினர் விரைவில் கிருஷ்ணனின் சிலைகளையும் உடைக்க நேரிடும். திராவிடர் கழகத் தோழர் களே, கத்தி ஒன்றைக் கைவசம் வைத்துக்கொள்ளுங்கள், தற்காப்புக்காக' என்று பேசினார்.

பெரியாரின் இந்தப் பேச்சுக்கு காங்கிரஸ்காரர்கள் கடுமையாக எதிர்ப்பு தெரிவித்தனர். ஏற்கெனவே கறுஞ்சட்டைப்படைக்கு தடை வாங்கியது போதாதா என்று கொக்கரித்தனர்.

விரைவில், காங்கிரஸ் கட்சிக்குள்ளேயே குலக்கல்வித் திட்டத் துக்கு எதிர்ப்பு கிளம்பியது. சத்தியமூர்த்தி, அவருடைய சீடர் காமராஜ் உள்ளிட்ட ராஜாஜி எதிர்ப்புக் கோஷ்டியினர் காட்டிய கடுமையான எதிர்ப்பால் ராஜாஜியின் நாற்காலி ஆட்டம் காணத் தொடங்கியது. அவருக்குப் பதிலாக புதிய முதலமைச்சரைத் தேர்வு செய்யும் நடவடிக்கையில் இறங்கியது காங்கிரஸ் தலைமை.

இந்த முடிவுக்கு பெரியார் பலத்த வரவேற்பு கொடுத்தார். புதிய முதலமைச்சராக காமராஜ் தேர்வு செய்யப்பட்டார். இதனைத் திராவிடர்களுக்குக் கிடைத்த வெற்றி என்று கொண்டாட வேண்டும் என்று எல்லோரையும் கேட்டுக்கொண்டார்

பெரியார். இப்போது காங்கிரஸ் சார்பாக ஆட்சிக்கட்டிலில் பார்ப்பணர் இல்லை. காமராஜ் என்ற திராவிடர் அமர்ந்திருந்தார்.

பதவிக்கு வந்ததும் வராததுமாக காமராஜ் செய்த காரியம் பெரியாரை வெகுவாக உற்சாகம் கொள்ளவைத்தது. அது, பள்ளிகளிலும் அரசு அலுவலகங்களிலும் வகுப்புவாரி உரிமை அமல்படுத்தப்படும் என்ற அறிவிப்பு.

ஏப்ரல் 13, 1954. குலக்கல்வித் திட்ட எதிர்ப்பு மாநாடு பெரம் பலூரில் நடைபெற்றது. இதில் கலந்துகொண்டு பேசும்போது, வகுப்புவாரி உரிமையை அமல்படுத்த இருப்பதாக காமராஜ் அறிவித்திருப்பது பாராட்டுக்குரியது என்ற தொனியில் பேசிய பெரியார், இந்த ஒரு காரணத்துக்காகவே காங்கிரஸ்காரரான காமராஜை தான் ஆதரிப்பதாக அறிவித்தார்.

காமராஜ் முதலமைச்சரானலும்கூட அவர் சட்டமன்ற உறுப்பினர் இல்லை. ராஜாஜி பாணியில் மேல்சபை உறுப்பினராகும் எண்ணம் காமராஜுக்கு இல்லை. ஆகவே, வரவிருக்கும் குடியாத்தம் சட்டமன்ற தொகுதி இடைத்தேர்தலில் போட்டி யிடுவது என்று முடிவு செய்தார். ஏற்கெனவே குலக்கல்வி விஷயத்தில் காமராஜ் மீது ஒருவித ஈர்ப்பு ஏற்பட்டிருந்தது பெரியாருக்கு.

'குடியாத்தம் தொகுதியில் போட்டியிடும் காமராஜை திராவிடர் கழகம் ஆதரிக்கும்' பெரியாரே சொல்லிவிட்ட பிறகு மறுபேச்சு ஏது? திராவிடர் கழகத் தொண்டர்கள் காங்கிரஸ்காரர்களோடு இணைந்து தேர்தல் பிரசாரத்தில் ஈடுபட்டனர். பெரியாரின் இந்த முடிவு தி.மு.கவை யோசிக்கவைத்தது.

சிக்கலான காலகட்டம். ராஜாஜியையும் ஆதரிக்கமுடியாது. அதற்காக காங்கிரஸையும் ஆதரிக்கமுடியாது. வேறு வழி யில்லை. பேசாமல் காமராஜை ஆதரித்துவிடலாம் என்று முடிவு செய்தது. தேர்தல் வேலைகளில் ஈடுபட்டது தி.மு.க.

ஊர்க்கூடித் தேர் இழுத்தது போல எல்லாருமாகச் சேர்ந்து குடியாத்தம் தொகுதியில் காமராஜை வெற்றி பெற வைத்தனர். முதலமைச்சர் பதவியைத் தக்கவைத்துக் கொண்டார் காமராஜ்.

அடுத்தடுத்துக் காரியங்கள் வேகவேகமாக நடந்தன. ராஜாஜி அமைச்சரவையில் கல்வி அமைச்சராக இருந்தவர் சி. சுப்ர

மணியம். அவருடைய அமைச்சகம்தான் குலக்கல்வித் திட்டத்தைக் கொண்டுவந்தது. அதே சி. சுப்ரமணியத்தைக் கொண்டே குலக்கல்வித் திட்டத்தை வாபஸ் வாங்கச் செய்தார் முதலமைச்சர் காமராஜ்.

திட்டத்துக்கு மக்கள் ஆதரவு இல்லாததால் கைவிடப்படுகிறது என்றார் சி. சுப்ரமணியம். இதுபோன்று பெரியாருக்கு அணுக்கமான விஷயங்களைச் செய்ததால் காங்கிரஸ் எதிர்ப்பு என்ற ஆயுதத்தை காமராஜ் மீது பிரயோகிக்காமல் இருந்தார் பெரியார். காங்கிரஸ் கட்சியை நோக்கி பெரியார் நகரத் தொடங்கியதற்கு இதுதான் முதல்படி.

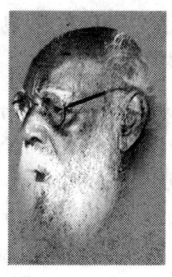

11. பச்சைத் தமிழரின் தோழர்

காமராஜ் என்ற காங்கிரஸ்காரருக்குத் தன் னுடைய தார்மிக ஆதரவைக் கொடுத்துவிட்டு பர்மா, மலேசியா, சிங்கப்பூர் உள்ளிட்ட நாடு களுக்குச் சுற்றுப் பயணம் புறப்பட்டார் பெரியார். அனைத்துமே தமிழர்கள் வசிக்கும் நாடுகள். பெரிய அளவில் அணி திரண்டு பெரியாரை வரவேற்றனர். முறையாகத் திட்டமிடப்பட்டு இருந்ததால் பயணம் சுலபமாக அமைந்தது.

சுற்றுப்பயணத்தை முடித்துக்கொண்டபோது பெரியாரின் முகத்தில் மிகப்பெரிய மாற்றம். ஆம். நீண்ட நெடிய தாடியுடன் தொண்டர் களுக்குக் காட்சியளித்தார். அப்போது மொழி வாரி மாநிலப்பிரிப்பு விவகாரம் சூடுபிடித்துக் கொண்டிருந்தது. பஸல் அலி என்பவரைத் தலைவராகக் கொண்டு மாநிலப் புனரமைப் புக்குழு நியமிக்கப்பட்டிருந்தது.

இந்தச் சூழலில் தட்சிண பிரதேசம் என்றொரு கருத்து முன்வைக்கப்பட்டது. சென்னை மாகாணம், திருவாங்கூர் - கொச்சி - மைசூர்

ராஜ்ஜியம், குடகு ராஜ்ஜியம் ஆகியவற்றை உள்ளடக்கியது இந்த தட்சிண பிரதேசம்.

இதற்கு பெரியார் கடுமையாக எதிர்ப்பு தெரிவித்தார். 'ஏற்கெனவே பார்ப்பனர்களால் தமிழர்களுக்கு கல்வியிலும் வேலைவாய்ப்பிலும் பலத்த சேதாரம் ஏற்பட்டுள்ளது. இப்போது மலையாளிகளும் கன்னடர்களும் எஞ்சியிருக்கும் வேலைகளைப் பகிர்ந்துகொண்டால் தமிழன் மலம் அள்ளும் வேலையைத்தான் செய்யவேண்டும். ரயில் நிலையங்களில் மூட்டை தூக்கும் வேலை மட்டும்தான் அவனுக்கு மிஞ்சும். தமிழர்களை அனைத்துத் துறைகளில் இருந்தும் அப்புறப்படுத்தவும் மேலும் வாய்ப்புகளைப் பெறாமல் தடுத்து நிறுத்தவும் நடத்தப்படும் சூழ்ச்சி நாடகம் இது.'

அரசின் தமிழர் விரோதப் போக்கைக் கண்டிக்கும் வகையில் தேசியக் கொடியை எரிக்கும் போராட்டத்தை திராவிடர் கழகம் நடத்தும் என்று அறிவித்தார் பெரியார். இதற்காகத் தொண்டர்களை நேரில் சென்று சந்தித்து அழைப்பு விடுத்தார்.

ஒவ்வொரு ஊருக்குச் செல்லும்போதும் அங்கு போராட்டத்தில் ஈடுபட இருக்கும் தொண்டர்களின் பெயர்களை அறிவித்தார். போராட்டத்துக்கான தயாரிப்பு வேலைகளில் திராவிடர் கழகத்தினர் மும்முரம் காட்டத் தொடங்கினர்.

விவகாரத்தை மிகுந்த எச்சரிக்கையுடன் கையாள வேண்டும் என்று முடிவு செய்தார் முதலமைச்சர் காமராஜ். அமைச்சரவை சகாக்கள் மற்றும் டெல்லி தலைமையுடன் ஆலோசனை செய்தபிறகு முக்கியமான அறிவிப்பை வெளியிட்டார். அதில் பெரியாரை அமைதிப்படுத்தும் வகையில் பல்வேறு சங்கதிகள் இருந்தன, ஒன்றைத்தவிர.

'தமிழ்நாட்டில் இந்தித் திணிப்பு அமலில் இருக்காது என்று உறுதி அளிக்கிறேன். மத்திய அரசோ அல்லது மாநில அரசோ இந்தியைக் கட்டாயமாக்கும் நடவடிக்கையில் ஒருபோதும் இறங்காது. ஆகவே, திராவிடர் கழகத்தினர் கொடி கொளுத்தும் போராட்டத்தைக் கைவிட வேண்டும்.'

முதலமைச்சர் காமராஜின் வாக்குறுதிகள் அனைத்துமே வரவேற்கக்கூடியனவாக இருந்தன. ஒருவேளை, போராட்டத்தைக் கைவிடாத பட்சத்தில் போராட்டக்காரர்கள் மீது கடுமையான

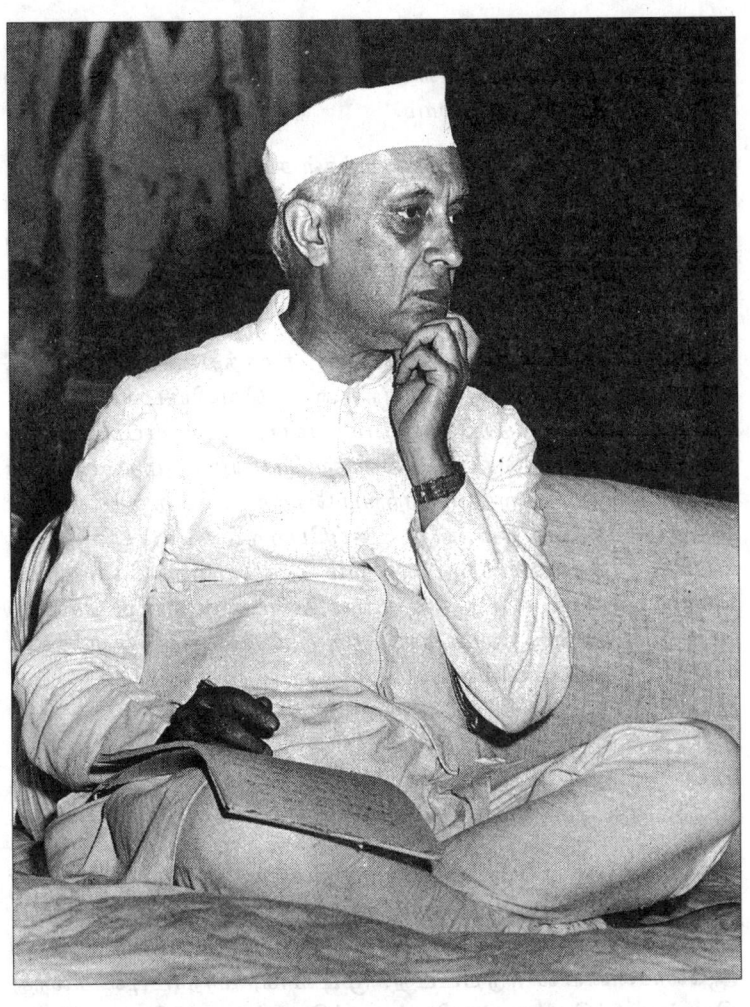

நடவடிக்கைகளை எடுக்க மாநில அரசு தயக்கம் காட்டாது என்றும் அறிக்கை விடுத்திருந்தார். இதைப் பார்த்து ஆத்திர மடைந்த கழகத்தினர், காமராஜின் மிரட்டலுக்கு நாம் பயந்து விடக்கூடாது. போராட்டத்தை நடத்தியே தீரவேண்டும் என்று வற்புறுத்தினர்.

எல்லோரையும் அமைதிப்படுத்திய பெரியார், 'நாம் கேட்டது இந்தி இருக்கக்கூடாது என்று. அதைச் செய்கிறேன் என்று முதலமைச்சர் வாக்குறுதி கொடுத்திருக்கிறார். அவருடைய

வார்த்தைகளுக்கு மதிப்பு கொடுத்துக் கொடி கொளுத்தும் போராட்டத்தைத் தள்ளிவைப்போம். தேவைப்பட்டால் போராட்டத்தை நடத்தலாம்.'

பெரியார் பேசியபிறகு தொண்டர்கள் சமாதானம் அடைந்தனர். போராட்டம் ஒத்திவைக்கப்பட்டது. ஆனால் பிரதமர் நேருவோ அதை மீண்டும் தூண்டும் வகையில், 'கொடி கொளுத்துவோம் என்று கூறுவது பைத்தியக்காரத்தன பேச்சு' என்று குறிப்பிட்டார்.

கொந்தளித்துவிட்டனர் திராவிடர் கழகத்தினர். நேருவுக்கு எதிராகக் கடுமையான அறிக்கை வெளியிடவேண்டும், போராட்டம் நடத்தவேண்டும் என்று ஆவேசப்பட்டனர். நேருவின் கருத்துக்குப் பதிலளித்த பெரியார், முதலமைச்சர் காமராஜின் வாக்குறுதியை ஏற்றுப் போராட்டத்தை ஒத்திவைத்த பிறகும் வேண்டுமென்றே உசுப்பேற்றும் வகையில் நேரு பேசியது தேவையற்றது என்றும் ஒருவேளை கொடியைக் கொளுத்தினால் சட்டத்தில் என்ன தண்டனை என்று சொல்ல முடியுமா? என்று கேட்டார். நேரு தரப்பில் இருந்து எந்தவித பதிலும் கிடைக்கவில்லை.

•

1956 மே மாதம் திமுகவின் இரண்டாவது மாநில மாநாடு திருச்சியில் நடைபெற்றது.

கடந்த தேர்தலில் போட்டியிடாமல் சிலருக்கு மட்டும் நிபந்தனை அடிப்படையில் ஆதரவு கொடுத்த தி.மு.க, 1957ல் நடக்க இருக்கும் பொதுத் தேர்தலில் எடுக்க வேண்டிய நிலைப்பாடு குறித்து ஆலோசனையில் ஈடுபட்டது. முடிவாக, மாநாட்டில் கலந்து கொள்ள வந்திருந்தவர்களிடம் வாக்கெடுப்பு நடத்தி அதற்கேற்ப நடந்து கொள்ளலாம் என்று தீர்மானித்தது தி.மு.க.

மாநாட்டில் இரண்டு பெட்டிகள் வைக்கப்பட்டன. சிவப்பு மற்றும் கறுப்பு. ஆதரிப்போர் சிவப்பு நிறப்பெட்டியிலும் எதிர்ப்போர் கறுப்பு நிறப்பெட்டியிலும் வாக்குகளைச் செலுத்துமாறு கேட்டுக் கொள்ளப்பட்டனர். அப்போது மாநாட்டில் குழுமி யிருந்த அறுபதாயிரத்துக்கும் மேற்பட்டோர் வாக்கெடுப்பில் கலந்துகொண்டு பலத்த உற்சாகத்துடன் தங்களுடைய வாக்குகளைப் பதிவு செய்தனர்.

பெரியாரின் சகோதரர் மகன் ஈ.வெ.கி. சம்பத் தலைமையிலான குழு வாக்குகளை எண்ணி முடிவுகளை அறிவித்தது. அதன்படி தேர்தலில் போட்டியிடுவதற்கு ஆதரவாக 56942 வாக்குகளும் எதிராக 4203 வாக்குகள் விழுந்துள்ளதாக அறிவிக்கப்பட்டது. மாநாட்டில் திரண்டிருந்தவர்களில் பெரும்பாலானோரின் கருத்துப்படி தி.மு.கழகம் 1957 தேர்தலில் போட்டியிடுவது என முடிவு செய்யப்பட்டது.

சேய்க் கழகமான தி.மு.க கூட்டணி அமைப்பது, வேட்பாளர்கள் தேர்வு என்று தேர்தல் வேலைகளில் தன்னை முற்றிலுமாக ஈடுபடுத்திக்கொண்டிருந்த சமயத்தில் தாய்க் கழகத்தின் தலைவரான பெரியார் மூடநம்பிக்கைகளுக்கும் புராணங்களுக்கும் எதிரான போராட்டத்தில் ஈடுபட்டிருந்தார்.

பார்ப்பணர்களை பிராமணன் என்று சொல்பவன் முட்டாளாக இருப்பான் அல்லது நாலாம் சாதி என்று தன்னைச் சொல்லிக் கொள்பவனாக இருப்பான் என்றார். கர்ப்பக் கிரகத்துக்குள் நுழைய முடியாவிட்டாலும் பரவாயில்லை என்று கோயிலுக்குச் செல்பவன் இழிபிறவி என்று நாடு முழுக்கச் சுவரொட்டிகள் அடித்து ஒட்டுமாறு தொண்டர்களைக் கேட்டுக் கொண்டார் பெரியார்.

வடநாட்டில் ராவணன் உருவபொம்மையை எரித்து ராமநவமி கொண்டாடும்போது தமிழ்நாட்டில் ராமனின் உருவ பொம்மையைக் கொளுத்தக் கூடாதா என்று கேட்டார் பெரியார். கேள்வியோடு நிறுத்திக் கொள்ளாமல் நாடு முழுக்க ராமன் படத்தை எரிக்கும் போராட்டத்துக்கு அழைப்பு விடுத்தார்.

ஏராளமான திராவிடர் கழகத் தொண்டர்கள் ராமன் படத்தை எரித்துத் தங்களுடைய உணர்வுகளை வெளிப்படுத்தினார்கள். இதனால் ஆத்திரமடைந்த அரசு, காவல்துறையை அனுப்பி திராவிடர் கழகத்தினரைக் கைது செய்து சிறையில் அடைக்கும் நடவடிக்கையை முடுக்கிவிட்டது.

ராமன் படத்தை எரித்தவர்கள் மீது வழக்குகள் தொடரப்பட்டன. நிலைமை சிக்கலாகிக்கொண்டே போவதைத் தடுத்து நிறுத்தும் முயற்சியில் காங்கிரஸ்காரர்கள் இறங்கினர்.

‘பெரியாருக்கு நெருக்கமானவர்கள் நேரில் சென்று கோரிக்கை விடுத்தால் நிச்சயம் போராட்டத்தை நிறுத்துவார்’ என்ற

ஆலோசனை கூட்டத்தில் வந்து விழுந்தது. டாக்டர் வரதராஜுலு நாயுடு, குன்றக்குடி அடிகளார் ஆகியோர் போராட்டத்தைக் கைவிடுமாறு கோரிக்கை விடுத்தனர்.

இதைக் கேள்விப்பட்ட பெரியார், 'நான் மேடைக்கு மேடை ராமன் எப்படிப்பட்டவன், சீதை எப்படிப்பட்டவள் என்பதை ஆதாரங்களுடன் விளக்கி வருகிறேன். அதன்படி படத்தை எரிக்கச் சொல்கிறேன். அதைப்போலவே நம்முடைய நண்பர்களும் ஆதாரங்களை எடுத்துக்காட்டிப் போராட்டத்தைக் கைவிடுங்கள் என்று சொல்லட்டும். அதைவிடுத்து நட்பு ரீதியாகப் பேசிப் போராட்டத்தைக் கைவிடச் செய்வது ஆகாத காரியம்' என்று பதில் கொடுத்தார்.

•

ராமசாமிக்கு தமிழ் எழுத்துகளில் சில சீர்திருத்தங்கள் அவசியம் என்றச எண்ணம் உருவானது. முக்கியமாக தமிழில் ஏராளமான எழுத்துகள் இருப்பதும் அவற்றிபல் பெரும்பாலானவை புழக்கத்தில் இல்லாததும் அவரை உறுத்திக்கொண்டே இருந்தது. அதேபோல சில எழுத்துகளை எழுதுவதற்கே பிரயத்தனப்பட வேண்டியிருந்ததையும் அவரால் சகித்துக்கொள்ள முடியவில்லை. முக்கியமாக, ண, ன, ள போன்ற எழுத்துகளின் நெடில் வடிவங்களை எழுதுவது சிரமமாக இருக்கவே, அவற்றை ணா, னா, ளா என்று மாற்றினார். அதையே தமிழர்கள் அனைவரும் பயன்படுத்தவேண்டும் என்று கேட்டுக் கொண்டார். அதேபோல, லை, னை, ணை போன்ற எழுத்துகளை எழுதும்போது முன்பெல்லாம் ஒரு வளைவு பயன்படுத்தப்பட்டது. அதை அறவே ஒதுக்கித் தள்ளிவிட்டார் ராமசாமி. மேலும், ஐ, ஔ போன்ற எழுத்துகளுக்குப் பதிலாக அய், அவ் ஆகியவற்றைப் பயன்படுத்தும்படி கேட்டுக் கொண்டார்.

•

இந்தச் சமயத்தில் எது திராவிட நாடு என்ற கேள்வி எழுப்பப் பட்டது. அதற்குப் பதிலளித்த பெரியார், பிரிட்டிஷார் ஆட்சியில் இருந்தபோது சென்னை மாகாணம் என்ற எல்லைக்குள் அடங்கிய பிரதேசங்களே உண்மையான திராவிட நாடு. அதைத் தான் தனியாகப் பிரித்துக் கொடுக்க வேண்டும் என்று

காமராஜுடன்...

அவர்களிடம் கோரினோம். தற்போதும் அதைத்தான் சொல்கிறோம்.

ஆனால் பிரிட்டிஷார் வெளியேறிய பிறகு ஆந்திரா தனியாகப் பிரிந்து விட்டது. தென் கன்னடப் பகுதிகள் கர்நாடகத்தோடும் தென் மலபார் பகுதிகள் கேரளாவோடும் இணைந்துவிட்டால் மிச்சமிருக்கும் பகுதியே திராவிட நாடு என்று விளக்கம் கொடுத்தார்.

இதற்கிடையே பொதுத்தேர்தல் நெருங்கிவிட்டது. திராவிட முன்னேற்றக் கழகம் ஏற்கெனவே எடுத்த முடிவின்படி தேர்தலில் தன்னுடைய வேட்பாளர்களை நிறுத்தியிருந்தது. முதன்முறையாக சேய்க்கழகம் தேர்தலில் நிற்பதால் பெரியார் அதை எப்படி எதிர்கொள்ளப் போகிறார் என்று எல்லோருமே ஆவலுடன் எதிர்பார்த்திருந்தனர்.

பெரியாரோ மிகத்தெளிவாக இருந்தார். பச்சைத் தமிழர் காமராஜின் கரத்தை வலுப்படுத்துங்கள் என்று அறிக்கை வெளியிட்டார். குடியாத்தத்தில் காமராஜை ஆதரிக்கிறேன் என்று சொன்ன பெரியார், தற்போது காமராஜுக்காக காங்கிரஸை ஆதரிக்கிறேன் என்றார்.

மெல்ல மெல்ல காங்கிரஸ் பக்கம் நெருங்கிக் கொண்டிருப்பதை திராவிடர் கழகத் தொண்டர்கள் ஆச்சரியத்துடன் பார்த்துக் கொண்டிருந்தனர். ஆம். வெறுமனே பார்த்துக்கொண்டுதான் இருக்கமுடிந்தது. எதிர்த்து ஒருவார்த்தை பேசவில்லை.

காங்கிரஸுக்கு ஆதரவு என்ற பெயரில் அண்ணாதுரை போட்டியிட்ட காஞ்சிபுரம் தொகுதியின் காங்கிரஸ் வேட்பாளர் டாக்டர் சீனிவாசனுக்கு ஆதரவாக பெரியாரே பிரசாரத்தில் ஈடுபட்டார். பிராமணரைப் பார்ப்பான் என்றுதான் இனிமேல் அழைக்கப்போகிறோம் என்று சொல்லியிருந்த பெரியார், டாக்டர் சீனிவாசனுக்கு வாக்களிக்குமாறு கோரினார், அதுவும் அண்ணாதுரைக்கு எதிராக.

மேலும் தி.மு.கவின் முக்கியத் தலைவர்களான கே.ஏ. மதியழகன், மு. கருணாநிதி, நெடுஞ்செழியன் ஆகியோரின் தொகுதிகளில் தி.க.வினர் கடுமையான பிரசாரத்தில் ஈடு பட்டனர். இருதரப்பிலும் பிரசாரம் கடுமையாக இருந்தது. தி.மு.கவினரை ஊதாரிகள் என்றும் கொள்கை இல்லாதவர்கள் என்றும் விமரிசனம் செய்தார் பெரியார்.

இதற்கு நேர் எதிராக பெரியார் கடந்த காலங்களில் காங்கிரஸ் கட்சியை எப்படியெல்லாம் விமரிசனம் செய்தாரோ அதை யெல்லாம் நினைவூட்டி அண்ணாதுரை பிரசாரம் செய்தார். காமராஜ் செய்த காரியங்களை எல்லாம் பெரியார் மேடைகளில் பட்டியல் போட, காமராஜ் செய்யத் தவறிய விஷயங்களை வரிசையாக அடுக்கிப் பேசினார் அண்ணாதுரை.

தேர்தல் முடிவுகள் வெளிவந்தன. பெரியார் பிரசாரம் செய்த பெரும்பாலான தொகுதிகளில் காங்கிரஸ் கட்சியினர் வெற்றி பெற்றனர். ஆனால் தி.மு.க சார்பில் பதினைந்து பேர் வெற்றி பெற்றுச் சட்டமன்றத்தில் தங்களுடைய கணக்கைத் தொடங்கினர்.

தேர்தல் வாடையே கூடாது என்ற நோக்கத்தோடு வாழ்ந்துவந்த பெரியாரின் அணுக்கச் சீடராக இருந்த அண்ணாதுரை, தன்னுடைய தம்பிகளோடு தேர்தலில் நின்று வெற்றி பெற்றுச் சட்டமன்றத்துக்குள் நுழைந்தது திராவிட இயக்க வரலாற்றில் அதிமுக்கியத்துவம் வாய்ந்த அத்தியாயம்.

1957 நவம்பரில் நடைபெற்ற சாதி ஒழிப்பு சிறப்பு மாநாட்டில் கலந்துகொண்டு பேசினார் பெரியார். 'சாதி ஒழிப்பை அரசு

அமல்படுத்தவேண்டும். இல்லாவிட்டால் அரசியலமைப்புச் சட்டத்தில் இருக்கும் சாதிப்பிரிவைத் தீயிட்டுக் கொளுத்து வோம். தேவைப்பட்டால் ஆயிரம் பார்ப்பாண்களைக் கொளுத்தி சாதியை ஒழிப்போம்'.

மின்னல் வேகத்தில் களத்தில் குதித்தனர் திராவிடர் கழகத்தினர். மனுதர்ம சாஸ்திரத்தின் மறுபதிப்பைக் கொளுத்துகிறோம் என்று சொல்லி அரசியல் சட்டப்பிரிவு நகலைக் கொளுத்தியது பிரதமர் நேருவின் கவனத்துக்குச் சென்றது.

'அரசியல் சட்ட நகலை எரிப்பது முட்டாள்தனமான காரியம்' என்றார் பிரதமர் நேரு. ஆத்திரமடைந்த தி.மு.க, நேருவின் பேச்சுக்குக் கடுமையான கண்டனங்களைத் தெரிவித்ததோடு அவர் தமிழ்நாடு வந்தபோது பெருந்திரளாகக்கூடி கறுப்புக்கொடி ஆர்ப் பாட்டத்தில் ஈடுபட்டது. ஆனால் பெரியாரோ அப்படிப்பட்ட போராட்டம் எதற்கும் அழைப்பு விடுக்கவில்லை.

பதினைந்து இடங்களில் வெற்றி பெற்றுச் சட்டமன்றத்துக்குள் நுழைந்துவிட்டதாலேயே சாதியை ஒழித்துவிட முடியாது என்றும் வர்ணாசிரமத்தை அழிக்கமுடியாது என்றும் திராவிட நாட்டை வென்றெடுக்கமுடியாது என்றும் திமுகவினரை விமரிசனம் செய்தார் பெரியார். என்றைக்கு தி.மு.க என்ற இயக்கம் உருவானதோ அன்றுமுதல் அவர்களைக் கண்ணீர்த் துளிகள் என்றுதான் பெரியார் அழைத்தார்.

வாக்காளர் பட்டியலில் சி.என். அண்ணாதுரை முதலியார் என்று பெயர் வைத்துக் கொண்டு தேர்தலில் போட்டியிட்டவர்களால் சாதி ஒழிப்பு நடவடிக்கையில் ஈடுபட்டு வெற்றிபெற முடியும் என்று நம்புவது முட்டாள்தனமானது. நல்லவேளை இன்று வரை உயிரோடு இருக்கிறேன். இல்லாவிட்டால் நான் செத்ததைக் காரணமாகச் சொல்லிப் பிரசாரம் செய்து நூறு இடங்களைக் கைப்பற்றியிருப்பார்கள் கண்ணீர்த்துளிகள் என்றும் காட்டமாக விமரிசித்தார்.

நாள்கள் செல்லச் செல்ல பெரியாரின் உடல்நிலை மோசமாகிக் கொண்டே போனது. மேடைகளில் அதிக நேரம் பேச முடியா மல் திணறினார். அதிகத் தூரம் பயணம் செய்ய முடியாமல் அவதிப்பட்டார். இதனையடுத்து விடுதலையில் பெரியார் சார்பாக அறிக்கை ஒன்று வெளியானது.

பொதுக்கூட்டங்களில் பேசுவதற்கு பெரியாரிடம் முன்கூட்டியே அனுமதி பெற வேண்டியது அவசியம். திடீர்த் திடீரென நிகழ்ச்சிகளை ஏற்பாடு செய்துவிட்டு பெரியாரை அழைப்பது தவிர்க்கப்பட வேண்டும். உயரம் குறைவான மேடையில் மட்டுமே பெரியார் இனிமேல் பேசுவார். மெத்தை போன்ற சமதள விரிப்பில் அமர்ந்து பேசுவார். அதற்கான வசதிகளைப் பொதுக்கூட்ட ஏற்பாட்டாளர்கள் செய்யவேண்டும் என்று அறிவிக்கப்பட்டது.

எல்லாவற்றையும்விட முக்கியமாக நிதிப் பட்டியல் ஒன்றையும் அறிவித்தார் பெரியார்.

தங்கள் ஊருக்கு பெரியார் வரவேண்டும், பொதுக்கூட்டத்தில் கலந்துகொண்டு பேசவேண்டும், நம்முடைய வீட்டில் சாப்பிடவேண்டும் என்று ஆசைப்பட்ட அத்தனைத் தொண்டர்களுக்குமான பட்டியலாக அது இருந்தது.

- கழகத் தோழர்கள் வீட்டில் சாப்பிடவேண்டும் என்றால் பத்து ரூபாய்.
- பெரியாருடன் சேர்ந்து புகைப்படம் எடுக்கவேண்டும் என்றால் ஐந்து ரூபாய்.
- பொதுக்கூட்டங்களில் பேசவேண்டும் என்றால் எழுபத்தைந்து ரூபாய்.
- திருமண விழா, ஆண்டு விழா, இரங்கல் கூட்டத்தில் கலந்துகொள்ள நூற்றைம்பது ரூபாய்.

முக்கியமாக, முன்கூட்டியே பணம் கொடுத்துவிடவேண்டும்.

தகுந்த காரணம் இல்லாமல் பெரியாரிடம் இருந்து ஐந்து நயா பைசாவைக்கூட ஒருவரும் பெற்றுவிடமுடியாது. என்னத்துக்கு, யாருக்கு, இந்த ஐந்து பைசா இல்லாமல் காரியம் நடக்காதா, இன்றே கொடுத்துவிடத்தான் வேண்டுமா, கொடுக்காமல் விட்டால் காரியம் எப்படி கெட்டுப்போகும் என்று ஆயிரம் கேள்விகளால் துளைப்பார்.

கொடுத்தால்தான் ஆச்சு என்று தக்க வகையில் நிரூபித்தால் மட்டுமே பைசாவை நீட்டுவார். அதுவும்கூட அரைமனத் துடன்தான். கருமி என்று சிலர் பட்டம் கட்டினார்கள். இருந்துவிட்டுப் போகிறேன் உனக்கென்ன என்றார் பெரியார்.

வரைபடத்தைக் கொளுத்துங்கள். பிரிவினையைப் பலப்படுத்து வதற்காக 1960 ஜூன் மாதம் பெரியார் முன்வைத்த முழக்கம் இது. செய்தார்கள் தொண்டர்கள். திராவிடர் கழகத்தினரைத் துரத்தித் துரத்திக் கைது செய்தது காவல்துறை. பெரியார் கைதானார். கி. வீரமணியும் கைது செய்யப்பட்டார்.

தமிழ்நாட்டில் ஏற்பட்டுள்ள கொந்தளிப்பு நேருவின் கவனத் துக்குச் சென்றது.

'இந்தி திணிக்கப்படாது' என்று பழைய பல்லவியையே பாடினார். குடியரசுத் தலைவர் ராஜேந்திர பிரசாத்தும் அதையே வழிமொழிந்தார். இந்தித் திணிப்பும் அதற்கான போராட்டமும் அதை அடக்குகிறோம் என்ற பெயரில் காமராஜ் அரசு திராவிடர் கழகத்தினர் மீது தாக்குதல் நடத்திக் கொண்டிருந்தது.

இத்தனை நடந்தும் காமராஜ் விஷயத்தில் பெரியார் ஈடு பாட்டுடன் இருந்தார். தமிழர்கள் உருப்படவேண்டும் என்றால் காமராஜ் இன்னும் பத்தாண்டுகளுக்குப் பதவியில் இருக்க வேண்டும் என்று பேசினார். மேலும் காமராஜ் அரசுக்கு எதிராக ராஜாஜி சூழ்ச்சி செய்து வருவதாகவும் சொன்னார்.

குறிப்பாக, தமிழ்நாட்டில் இருக்கும் சில கட்சிகள் காமராஜ் ஆட்சியைக் கைப்பற்றத் திட்டமிடும் சமயத்தில் ராஜாஜி காமராஜ் அரசைக் கவிழ்க்கும் முயற்சியில் ஈடுபட்டிருக்கிறார். இது முறைகேடான விஷயம் என்பதால் ராஜாஜி தலைமை யிலான சுதந்தராக் கட்சியைக் கள்ள நோட்டுக்கட்சி என்று அழைக்கப்போவதாக அறிவித்தார் பெரியார்.

முழுமூச்சாக காமராஜ் ஆதரவு சிந்தனையில் பெரியார் இருந்தபோது 1962ம் ஆண்டுக்கான பொதுத்தேர்தல் நெருங்கிக் கொண்டிருந்தது. இந்தத் தேர்தலில் காமராஜின் சாதனைகளை மக்களுக்கு விளக்கமாக எடுத்துச் சொல்லும் பொறுப்பை திராவிடர் கழகத்தினர் தாமாக முன்வந்து எடுத்துக்கொள்ள வேண்டும். காங்கிரஸ் கட்சி வேட்பாளர்களைக் கண்ணை மூடிக்கொண்டு ஆதரிப்பதுதான் திராவிடர் கழகம் தற்போது செய்யக்கூடிய காரியம். ஆகவே, நல்ல வேட்பாளர்களைத் தேர்வு செய்து களத்தில் இறக்குவது காமராஜின் பொறுப்பு என்று சொன்னார் பெரியார்.

தேர்தல் வேலைகள் சூடுபிடித்தன. திராவிட முன்னேற்றக் கழகம் முன்பைவிட அதிகமான தொகுதிகளில் வேட்பாளர்களை நிறுத்தியது. வெறுமனே அறிக்கையோடு நிறுத்திக் கொள்ளாமல் நேரடியாகத் தேர்தல் பிரசாரத்தில் தன்னை ஈடுபடுத்திக் கொண்டார். உடல்நிலை ஒத்துழைக்காத போதும் கண்ணீர்த் துளிகளுக்கு எதிராகக் களத்தில் குதிப்பது அவசியம் என்று சொல்லிவிட்டு மேடையேறினார் பெரியார்.

காமராஜ் ஆட்சியில் செய்த சாதனைகளை எல்லாம் மேடைகளில் பட்டியல் போட்டார். இஸ்லாமியர்களுக்கு கல்வி மற்றும் வேலைவாய்ப்புகளில் முன்னுரிமை அளிக்கும் காமராஜுக்கு வாக்களியுங்கள் என்றார். போதாக்குறைக்கு விடுதலை இதழில் காமராஜின் சாதனைகள் அனுதினமும் பெட்டிச் செய்தியாக வெளிவந்து கொண்டிருந்தன. கடுமையாகத் தேர்தல் பிரசாரம் செய்ததால் பெரியாரின் உடல்நிலை பலவீனமடைந்தது.

தேர்தல் முடிவுகளை மருத்துவமனையில் இருந்தபடியே தெரிந்து கொண்டார் பெரியார். அந்தத் தேர்தலில் காங்கிரஸ் கட்சிக்கு வெற்றி எண்ணிக்கை குறைந்திருந்தாலும் ஆட்சி அமைப்பதில் சிக்கல் எதுவுமில்லை. திராவிட முன்னேற்றக் கழகம் சார்பில் கடந்த தேர்தலைக்காட்டிலும் மூன்று பங்குக்கும் அதிகமான இடங்களைக் கைப்பற்றியிருந்தனர். ஆனால் காஞ்சி புரத்தில் அண்ணாதுரை தோற்றது திமுகவின் முக்கியமான தோல்வியாகக் கருதப்பட்டது. முறைகேடு மூலமாகவும் சினிமாக்காரர்களை வைத்தும் தொகுதிகளைக் கைப்பற்றியதாக திமுக மீது குற்றம் சாட்டினார் பெரியார்.

ஆனால் காமராஜோ, 'திமுக வளர்கிறது' என்றார்.

12. குருவை மிஞ்சிய சிஷ்யர்கள்

பெரியாரின் அன்புக்கும் ஆதரவுக்கும் பாத்திரமான காமராஜ், தன்னுடைய கட்சி வளர்ச்சிக்காக புதிய திட்டம் ஒன்றைக் கண்டுபிடித்து, தன்னுடைய தேசியத் தலைமைக்கு அனுப்பி வைத்தார். 'காங்கிரஸ் கட்சியின் எதிர்கால நலனுக்காக முதலமைச்சர், அமைச்சர் போன்ற முக்கியப் பொறுப்புகளில் இருக்கும் தலைவர்கள் அவற்றை ராஜினாமா செய்துவிட்டு, கட்சிப் பணிகளில் முழுமூச்சாக ஈடுபடவேண்டும்', கே.பிளான் என்று பெயரிடப்பட்ட அந்தத் திட்டத்தின்படி காமராஜ், தமிழக முதலமைச்சர் பதவியை ராஜினாமா செய்துவிட்டார்.

தமிழக முதலமைச்சராக பக்தவத்சலம் பதவி யேற்றார். காமராஜின் இந்த முடிவு பெரியாரை அதிருப்தியடையச் செய்திருந்தது. தற் கொலைக்குச் சமமான முடிவை எடுத்திருப்பதாக காமராஜுக்குத் தந்தி கொடுத்தார் பெரியார். இதன்மூலம் காங்கிரஸ் கட்சி பலத்த சேதத்தைச் சந்திக்கப்போகிறது என்றும் எச்சரித்தார்.

காமராஜ் தன்னுடைய முடிவை மாற்றிக் கொள்ளவில்லை. கே. பிளானின்படி நேரு பதவியில் இருந்து விலகாதபோது, காமராஜ் தன்னுடைய முதலமைச்சர் பதவியை ராஜினாமா செய்து விட்டார். கையோடு அகில இந்திய காங்கிரஸ் கட்சியின் தலைவராகப் பதவியேற்றுக் கொண்டார்.

●

ஜனவரி 26, 1965. தமிழக அரசியல் வரலாற்றில் மறக்கமுடியாத தினம். அன்றுதான் இந்திமொழி ஆட்சி மொழியாக்கப்படும் என அறிவிப்பு வெளியாகியிருந்தது. பிரிவினை கோரும் அரசியல் கட்சிகளைத் தடைசெய்யப்போவதாக நேரு விடுத்த அறிவிப் பால் திராவிட நாடு கொள்கையைக் கைவிட்டிருந்த தி.மு.கழகத் துக்கு இந்த அறிவிப்பு கைத்தடியாக மாறியது. நாடு தழுவிய அளவில் போராட்டத்துக்கு அழைப்பு விடுத்தார் அண்ணாதுரை. இந்தித் திணிப்புக்கு எதிராகப் போராட்டத்தில் ஈடுபடுவது தமிழர்களின் கடமை என்று பேசினார்.

மாணவர்களும் போராட்டக் களத்துக்கு வந்தனர். ஜனவரி 25 அன்றே சென்னைப் பல்கலைக்கழக மாணவர்கள் உண்ணாவிரதப் போராட்டத்தில் இறங்கினர். அவர்களோடு பள்ளி மாணவர்களும் சேர்ந்துகொண்டனர். ஐம்பதாயிரத்துக்கும் மேற்பட்ட மாணவர் களும் பொதுமக்களும் சாலைகளில் இறங்கி இந்தித்திணிப்புக்கு எதிராகப் போராட்டத்தில் குதித்தனர்.

வீட்டில் கறுப்புக்கொடி ஏற்றினர் திமுக தொண்டர்கள். தங்க ளுடைய சட்டைகளில் கறுப்புச் சின்னத்தைக் குத்திக்கொண்டு சாலைகளில் நடமாடத் தொடங்கினர். இந்திப்பேயை விரட்டி அடிப்போம் என்ற குரல் பலத்த அதிர்வுகளை ஏற்படுத்தியது.

சிதம்பரம் அண்ணாமலைப் பல்கலைக்கழக மாணவர்களும் களத்தில் குதித்தனர். இந்தி எதிர்ப்பு வாசகங்களுடன் கூடிய பேனர்களை எடுத்துக்கொண்டு சாலையில் ஊர்வலமாக வந்தவர்களைக் காவல்துறை தடுத்து நிறுத்தியது. திமிறிய மாணவர்கள் மீது துப்பாக்கிப் பிரயோகம் நடத்தப்பட்டது. ராஜேந்திரன் என்ற மாணவர் அந்த இடத்திலேயே சுருண்டு விழுந்து இறந்தார்.

ஜனவரி 27 அன்று போராட்டம் மேலும் சூடுபிடித்தது. இந்தித் திணிப்புக்கு எதிராகக் காலவரையற்ற உண்ணாவிரதம்

நடத்தப்படும் என அறிவிக்கப்பட்டது. போராட்டத்தை ஒடுக்கும் முயற்சியில் இறங்கினார் முதல்வர் பக்தவத்சலம். ராணுவம் வரவழைக்கப்பட்டது. பிற மாநிலங்களில் இருந்தும் காவல் துறையினர் தமிழ்நாட்டுக்கு அழைத்து வரப்பட்டனர். சகட்டு மேனிக்குத் தாக்குதலில் இறங்கியது காவல்துறை. பிப்ரவரி 13 வரை தொடர்ந்து கலவரம் நடந்தது. அதை ஒடுக்கும் முயற்சியில் அரசும் தொடர்ந்து செயல்பட்டது.

மாணவர்கள் சிலர் தமிழுக்காகத் தங்களை எரித்துக்கொள்ளவும் தயாரானார்கள். அதன்படியே தங்கள் உடலில் மண்ணெண் ணெய் ஊற்றிக்கொண்டு எரிந்து சாம்பலாகினர். அய்யம்பாளை யம் வீரப்பன், கீழப்பாலூர் சின்னசாமி, கீரனூர் முத்து, கோடம்பாக்கம் சிவலிங்கம், மாயவரம் சாரங்கபாணி, சத்திய மங்கலம் முத்து, விருகம்பாக்கம் அரங்கநாதன் ஆகியோர் தீக்குளித்து இறந்தனர்.

நிலைமை கட்டுப்பாட்டுக் கோட்டை விட்டு மிகவும் விலகி சென்றதை அடுத்து மத்திய அரசு இறங்கிவந்தது. ‘இந்தி பேசாத மக்கள் விரும்புகிறவரை ஆங்கிலமும் நீடிக்கும்’ என்று அறிவித்தது. இதனையடுத்து மாணவர்கள் தங்களுடைய வீரியத்தைக் கணிசமாகக் குறைத்துக் கொள்ளத் தொடங்கினர். நிறைய உயிர்கள் பலியாகியிருந்தாலும் அதைப்பற்றிய உண்மை யான புள்ளி விவரங்கள் எதுவும் அரசின் சார்பில் வெளியிடப் படவில்லை.

அநேகமாக நூற்றுக்கணக்கான பேர் பலியாகியிருந்தனர். தினத் தந்தி கணக்கெடுப்பின்படி 63 பேர் பலியாகியிருந்தனர். கலவரத் தில் ஈடுபட்ட மாணவர்கள் மீது பக்தவத்சலம் அரசு தாக்குதல் நடத்தியது. எங்கு பார்த்தாலும் தடியடி. துப்பாக்கிசூடு. மறுநாள் உண்ணாவிரத அறிவிப்பு வெளியானது. கலவரம் நடந்த பகுதிகளில் ராணுவம் குவிக்கப்பட்டது.

ஜனவரி 25 அன்று தொடங்கிய போராட்டம் பிப்ரவரி 13 வரை விடாமல் நீடித்தது.

இந்தப் போராட்டத்தை திமுகவினர் மொழிப் போராட்டம் என்று சொன்னபோது பெரியார் அதை வன்மையாக மறுத்தார். இந்தித் திணிப்பு நடக்காது என்று காமராஜ் உறுதிமொழி கொடுத்திருக் கிறார். இந்நிலையில் பதவியைப் பிடிப்பதற்காகக் கண்ணீர்த்

துளிகள் செத்த பாம்பை எடுத்து ஆட்டுகின்றன என்று கடுமையாகத் தாக்கினார்.

தி.மு.க மீது கடுமையான ஆத்திரத்தில் இருந்த பெரியார், 'அராஜகத்தில் ஈடுபடுபவர்கள் மீது அடக்குமுறையை ஏவுவதில் தவறில்லை. ஆனால் அரசு அதைச் செய்யத் தவறிவிட்டது. ஒருவேளை தேர்தலை நினைத்துப் பயந்துவிட்டார்களோ என்னவோ. உடனடியாக சுதந்திராக் கட்சியையும் கண்ணீர்த் துளிகள் கட்சியையும் தடை செய்துவிடுங்கள். பத்திரிகைகளுக்கு வாய்ப்பூட்டுச் சட்டம் போடுங்கள். தவிரவும், இந்தி குறித்த அரசின் நிலைப்பாட்டை வெளிப்படையாக அறிவியுங்கள்' என்று பேசினார்.

நிலைமை விபரீதமாகிக் கொண்டே போனதை அடுத்து அண்ணாதுரை அறிக்கை ஒன்றை வெளியிட்டார். தங்களுக்கும் நடைபெற்ற போராட்டங்களுக்கும் தொடர்பில்லை என்றாலும் நாட்டுநலன் கருதிப் போராட்டத்தைக் கைவிடுமாறு மாணவர்களைக் கேட்டுக் கொண்டார். இதன்மூலம் போராட்டத்துக்கான காரணகர்த்தா யார் என்று தெரிந்துவிட்டது என்ற ரீதியில் கட்டுரை எழுதினார் பெரியார். அண்ணாதுரையின் வேண்டுகோளுக்குப் பிறகு மெல்ல மெல்லப் போராட்டம் முடிவுக்கு வந்தது.

இந்தித் திணிப்பை எதிர்த்து நினைவு தெரிந்த நாள் முதலாகப் போராட்டத்தில் ஈடுபட்டிருந்த பெரியார், தற்போது அந்தக் காரியத்தைச் செய்த திமுகவை ஏன் விமரிசனம் செய்கிறார் என்ற கேள்வி பரவலாக எழுந்தது. இதற்கு பெரியார் அளித்த பதில் தெள்ளத் தெளிவானது. 'காமராஜ் ஆட்சி இந்தியை ஒழித்து விடும். ஆகவே காமராஜ் ஆட்சியை ஆதரிக்கிறேன். கண்ணீர்த் துளிகளுக்கு ஆட்சி நடத்தும் யோக்கியதை ஏது? ஆகவே, வரும் தேர்தலிலும் காங்கிரஸ் கட்சியே ஆட்சியைப் பிடிக்கும்'

திமுகவை எதிர்க்கிறோம் என்ற பெயரில் காங்கிரஸ் கட்சியோடு அதீத நெருக்கம் காட்டினார் பெரியார்.

•

ஜனவரி 1967. பொதுத்தேர்தலுக்கான முஸ்தீபுகள் அனைத்தும் தொடங்கியிருந்தன. திராவிட முன்னேற்றக் கழகம் இந்த முறை பிரும்மாண்டமான கூட்டணியை உருவாக்கியிருந்தது. ராஜாஜி தலைமையிலான சுதந்தரா கட்சி, மார்க்சிஸ்ட் கம்யூனிஸ்ட்

கட்சி, ஃபார்வர்ட் பிளாக், பிரஜா சோஷலிஸ்டு கட்சி, காயிதே மில்லத் தலைமையிலான முஸ்லிம் லீக், ஆதித்தனாரின் நாம் தமிழர் இயக்கம், ம.பொ. சிவஞானத்தின் தமிழரசுக் கழகம் ஆகிய கட்சிகள் திமுக அணியில் இடம்பெற்றன. மொத்தம் 173 தொகுதிகளில் வேட்பாளர்களை நிறுத்தியிருந்தது தி.மு.க.

திராவிடர் கழகத் தொண்டர்கள் எந்தவிதமான கேள்வியும் கேட்காமல் காங்கிரஸ் கட்சிக்கு ஆதரவளித்து மீண்டும் காமராஜை நாற்காலியில் அமர வைக்க வேண்டும். இதை என்னுடைய வேண்டுகோளாக அல்லாமல் கட்டளையாக எடுத்துக் கொண்டு செயல்படுங்கள் என்று பேசினார் பெரியார். அந்தத் தேர்தலில் தன்னால் படுத்துக் கொண்டே ஜெயிக்க முடியும் என்று பேசினார் காமராஜ். எல்லாம் பெரியார் கொடுத்த தைரியம். விருதுநகர்த் தொகுதியில் போட்டியிட்ட காமராஜை எதிர்த்து பெ. சீனுவாசன் என்ற இளைஞரை நிறுத்தியிருந்தது தி.மு.க.

தேர்தல் பிரசாரம் சூடுபிடித்துக் கொண்டிருந்தது. திடீரென ஒருசெய்தி ஒட்டுமொத்தத் தமிழகத்தையும் உலுக்கிப் போட்டது. எம்.ஜி.ஆரை சுட்டுவிட்டார்கள். சுட்டவர் திராவிடர் கழக அனுதாபியான எம்.ஆர். ராதா. எம்.ஜி.ஆரை சுட்டதோடு தன்னையும் சுட்டுக்கொண்டார் எம்.ஆர். ராதா. அவசரம் அவசரமாக மருத்துவ மனைக்குக் கொண்டு செல்லப்பட்டனர். தீவிர சிகிச்சைக்குப் பிறகு இருவருமே உயிர்பிழைத்தனர்.

தனிப்பட்ட கருத்துவேறுபாடு காரணமாக நடந்த இந்த மோதல் அரசியல்ரீதியாக முக்கியத்துவம் பெற்றது. எல்லோரும் இந்தச் செய்தியைப் பற்றியே பேசிக் கொண்டிருந்தனர். எங்கு பார்த் தாலும் பதற்றம். பரபரப்பு. போராட்டம். அறிக்கைப்போர்கள்.

அருவருப்பாக இருந்தது பெரியாருக்கு. 'விடுதலை'யில் தனது பொங்கல் செய்தியை வெளியிட்டார்.

'சாதாரணமாக ராதாவானாலும் ராமச்சந்திரன் ஆனாலும் இவர்களுக்குப் பொது மக்கள் உலகத்தில் உள்ள மதிப்பு இவர்கள் கூத்தாடிகள், வேஷம்போட்டு நடிப்பவர்கள், காசுக்காக எந்த வேஷத்தையும், எப்படிப்பட்ட இழிமக்கள் தன்மையான கதையையும் எந்த உருவத்திலும் நடிப்பவர்கள் என்பதல்லாமல், இவர்களுக்குப் பொதுநல யோக்கியதைக்கு ஏற்ற ஒழுக்கம், நாணயம், பொறுப்பு என்ன இருக்கமுடியும்?

முதல்வராகப் பதவியேற்கிறார் அண்ணாதுரை

இவர்கள் நடிப்பால் பொதுமக்களுக்குப் பெரிதும் பல தீய குணங்களும், ஒழுக்கக்கேடும் ஏற்படுவதல்லாமல் என்ன கலை ஞானம் 100க்கு 90 மக்களுக்கு ஏற்பட்டுவிடும்? ஏற்படக்கூடும்?

இக்காரியங்களில் ஈடுபட்ட இரண்டு கூத்தாடிக் கீழ்த்தர மக்களுக் குள் நடந்த மூர்க்கத்தனமான, காலித் தனமான சம்பவத்திற்காக எவ்வளவு ஆர்ப்பாட்டம், விளம்பரம், மக்கள் இடையில் உணர்ச்சி ஏற்பட்டு இருக்கிறது. அரசாங்க ஆக்கினைகள் எவ் வளவு என்று பார்த்தோம் என்றால் சமுதாயத்தின், ஆட்சியின் கீழ்த்தரம் எந்த அளவுக்கு இறங்கிவிட்டது என்று கவலைப் படுகிறேன்.

இதற்காக அரசாங்கம் நாட்டு நிகழ்ச்சிகளை ரூ. 1000, ரூ. 2000 செலவு செய்து ஏற்பாடு செய்யப்பட்டிருந்த நிகழ்ச்சிகளை 144 உத்தரவு போட்டுத் தடுப்பது என்றால் இது என்ன கூத்தாடிகள் ராஜ்யமா? கூத்தாடிகள் அரசாங்கமா? என்றுதானே கேட்கத் தோன்றுகிறது. நிலைமை இப்படியே மோசமாக வளர்ந்து வருகிறது என்றால், இந்த ஆட்சிக்கு ஆளத்தகுதி இல்லை அல்லது ஜனநாயகத்துக்கும் நம் நாட்டுக்கும் மக்களுக்கும் பொருத்தம் இல்லை. ராணுவமோ, சர்வாதிகாரமோ கொண்டு தான் சமதர்மத்தை அமுல்நடத்த முடியும் என்கிற முடிவுக்கு வரவேண்டும்.

ஏன் எனக்கு இப்படி விரக்தி முடிவு தோன்றுகிறது என்றால், இரண்டு கூத்தாடிகளுக்கு ஏற்பட்ட காலித்தன நிகழ்ச்சிக்காக, காங்கிரஸ் ஆபீசு கொளுத்தப்பட்டது, காமராசர் வீட்டுக்குக் காவல், பெரியார் வீட்டுக்குக் காவல், காமராஜருக்குக் காவல் என்றெல்லாம் காரியம் நடப்பதென்றால் பிறகு நாட்டில் யாருக்குத்தான் பாதுகாப்பு இருக்கமுடியும்?

இந்தக் காலித்தனத்தின் பயனாக ஏற்பட்ட விளைவு இது என்றால், நாட்டில் உண்டாக்கப்பட்டிருக்கும் உணர்ச்சி எப்படிப் பட்டதாக இருக்கிறது என்பதைப் பொதுமக்கள், அறிஞர்கள் சிந்தித்துப்பார்க்கவேண்டும் என்பதற்காகவே எழுதுகிறேன்.

காமராஜுக்கோ, காங்கிரஸ் கூட்டங்களுக்கோ, எனக்கோ, காமராஜின் தாயாருக்கோ, அவர் வீட்டிற்கோ என்னதான் கேடு வந்தாலும் அதனால் உலகம் முழுகியா போய்விடும்?'

ஏற்கெனவே இருந்த இந்தி எதிர்ப்புப் போராட்டம், காங்கிரஸ் அரசின் மீதான அதிருப்தி, வலுவான கூட்டணி மற்றும் கலைஞர்களின் பிரசாரத்தோடு எம்.ஜி.ஆர் சுடப்பட்டதால் ஏற்பட்ட அனுதாபமும் சேர்ந்துகொண்டது. தேர்தல் முடிவுகள் திமுக கூட்டணிக்கு அபரிமிதமான வெற்றியை வழங்கியிருந்தன.

போட்டியிட்ட 173 தொகுதிகளில் 138 தொகுதிகளை வாரிச் சுருட்டியிருந்தது தி.மு.க. அதன் கூட்டணிக் கட்சிகளும் பல தொகுதிகளைக் கைப்பற்றியிருந்தன. போதாக்குறைக்கு நாடாளுமன்றத் தேர்தலில் தான் போட்டியிட்ட இருபத்தைந்து தொகுதிகளையும் வென்று காங்கிரஸ் கட்சியை அதள பாதாளத் துக்குத் தள்ளியிருந்தது திமுக. காங்கிரஸுக்கு சட்டமன்றத்தில் வெறும் 49 இடங்கள் கிடைத்திருந்தன. முக்கியமாக, விருது நகரில் காங்கிரஸ் தலைவர் காமராஜ் தோல்வியைச் சந்தித் திருந்தார்.

அதிர்ச்சியில் உறைந்துபோனார் பெரியார். காமராஜின் தோல்வியைத் தவிர மற்ற எதுவும் பெரிதாகப்படவில்லை அவருக்கு. இருந்தாலும் நம்முடைய உயிர் போன்ற கொள்கை களுக்கு இவர்கள் ஆட்சியில் எந்தவித ஆபத்தும் வராத பட்சத்தில் ஆட்சியையும் அதன் செயல்பாடுகளையும் பற்றி நாம் கவலைப்படவேண்டிய அவசியமில்லை என்றார்.

அண்ணாதுரையுடன் கைகுலுக்கல்...

அரசியல் வேலைகள் அரைகுறையாக முடிந்தாலும் நம் முடையக் கொள்கைகளை முன்னெடுத்துச் செல்லும் காரியத்தில் நம்மை ஈடுபடுத்திக் கொள்வோம். எதற்காகவும் சலனப்பட வேண்டிய அவசியம் திராவிடர் கழகத்தினருக்கு இல்லை என்று அறிவித்தார்.

தேர்தலில் தனிப்பெரும்பான்மை பெற்ற திராவிட முன்னேற்றக் கழகம் ஆட்சி அமைத்தது. அண்ணாதுரை முதலமைச்சராகப் பொறுப்பேற்றார். அவருடன் நெடுஞ்செழியன், கே.ஏ. மதியழகன், மு. கருணாநிதி உள்ளிட்ட அமைச்சர்கள் பதவியேற்றனர்.

●

திருச்சி இல்லத்தில் ஓய்வெடுத்துக் கொண்டிருந்தார் பெரியார். திடீரென வாசலில் வாகனம் வந்து நிற்கும் சத்தம் கேட்டது. நிமிர்ந்து பார்த்தார் பெரியார். எதிரே அண்ணாதுரை. முதலமைச்சர் அண்ணாதுரை. கூடவே கருணாநிதியும் நெடுஞ் செழியனும்.

பெரியாருக்குப் பேச்சே வரவில்லை. பெரியாரின் உடல் நலத்தை விசாரித்தார் அண்ணாதுரை. சில நிமிடங்கள் இருவரும் பேசிக்கொண்டிருந்தனர். புறப்படும்போது 'அய்யா, நாங்கள் எப்படி நடந்துகொள்ளவேண்டும் என்பதை அவ்வப்போது சொல்லுங்கள்' என்று கேட்டுக்கொண்டார் அண்ணாதுரை. உடனடியாகப் பெரியாரிடம் இருந்து பதில் வந்தது. ஆகட்டுங்க.

•

பெரியார் - அண்ணாதுரை சந்திப்பு திராவிடர் கழகத்தில் லேசான மனமாச்சரியங்களை ஏற்படுத்தியது. அண்ணாதுரைக்குப் பதவி கிடைத்ததும் காங்கிரஸை ஓரங்கட்டிவிட்டு பெரியார் வலியச் சென்று அவரை ஆதரிப்பதாக வருத்தம் தோய்ந்த தொனியில் பேசினர். இதை ஏற்கெனவே எதிர்பார்த்திருந்த பெரியார் தன்னுடைய தற்போதைய நிலைப்பாடு பற்றி விளக்கம் ஒன்றை அளித்தார். 'அண்ணாதுரை கெட்டிக்காரர். வெகுவிரைவில் ராஜாஜி கூட்டத்தாரிடம் இருந்து வெளியே வந்துவிடுவார். மீண்டும் அண்ணாதுரையே பதவிக்கு வந்தால் தேவலாம் என்ற நிலைகூட வரலாம்.'

அண்ணாதுரை கேட்டுக்கொண்டபடி தி.மு.க அரசுக்கு அறிவுரை களை வழங்கத் தொடங்கினார் பெரியார். தற்போது வரும் கூட்டத்தையும் ஆரவாரத்தையும் முழுமையாக நம்பக்கூடாது. சிபாரிசு, லஞ்சம் முதலான விஷயங்களில் எச்சரிக்கையுடன் இருக்க வேண்டும். அமைச்சர்கள் முடிவெடுக்கும் விவகாரத்தில் அவசரம் காட்டாமல் ஆழமாகச் சிந்தித்து முடிவெடுக்க வேண்டும்.

அடுத்து தன்னுடைய கழகத் தொண்டர்களைச் சமாதானப் படுத்தும் நடவடிக்கையில் இறங்கினார். திராவிடர் கழகத்தில் இருந்து வெளியேறிவிட்டாலும் நாத்திகர்களாகவே நீடிக்கிறார் கள் தி.மு.கவினர். அதன் அடையாளமாகவே பதவியேற்கும் போது 'உளப்பூர்வமாக' என்று பிரமாணம் எடுத்துக்கொண்ட னர். மேலும், கட்சியின் பெயரையும் கட்சியின் கொடியையும் பார்ப்பணர்களின் நிர்பந்தத்தால் மாற்றிக் கொள்ளவே இல்லை.

ஆலோசனை ஒருபக்கம். இடிப்பு இன்னொரு பக்கம். முக்கிய மாக, திமுகவுடனான தேனிலவு முடிந்து விட்டது என்று ராஜாஜி சொன்னதற்கு, 'ஆமாம், இப்போது குடும்பம் நடத்திக் கொண்டிருக்கிறோம்' என்று பதிலளித்தார் அண்ணாதுரை.

ஆனால் ராஜாஜி தொடர்ந்து தி.மு.க அரசின் கொள்கைகளை விமரிசனம் செய்துகொண்டே இருந்தார்.

நிலைமையை அண்ணாதுரைக்குப் புரியவைக்கும் வகையில் விடுதலையில் கேள்வியொன்று எழுப்பப்பட்டது. 'குடும்ப வாழ்க்கை நடத்துகிறேன் என்கிறார் அண்ணாதுரை. ஆனால் ராஜாஜியோ (கணவர்) மனைவியின் (திமுகவின்) நடத்தை சரியில்லை என்கிறார். நடக்கட்டும் கதை; ஊர் சிரிக்கும் வரை.'

அண்ணாதுரையின் போக்கைக் கண்டித்தாலும் உயர்கல்வியில் முழுக்க முழுக்கத் தமிழைக் கொண்டுவரவேண்டும் என்று அவசியம் இல்லை. ஆங்கிலத்தைத் தற்போதுள்ள நிலையில் இருந்து மாற்றத் தேவையில்லை. அதுதான் தமிழ் மாணவர்களுக்கு அனுகூலமானது என்று அறிவுரை சொன்னார் பெரியார்.

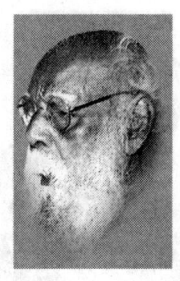

13. கருணாநிதிக்கு ஆதரவாக...

பம்பாயில் பால் தாக்கரேவின் சிவசேனைக்காரர்கள் தமிழர்களை அடித்துத் துரத்தும் நடவடிக்கையில் இறங்கியுள்ளார்கள் என்னும் செய்தி கேட்டு ஆத்திரம் அடைந்தார் பெரியார். வேலை தேடிச் சென்றவர்களை விரட்டி அடிக்கும் சிவசேனைகளுக்கு பதிலடி கொடுக்கும் விதமாகத் தமிழ்நாட்டில் இருக்கும் பம்பாய்காரர்களை அடித்து விரட்ட வேண்டும் என்று எழுதினார் பெரியார். மேலும் திருச்சியில் நடத்தப்பட்ட சிவசேனை எதிர்ப்பு மாநாட்டில் மணியம்மையார் உள்ளிட்ட ஒன்பது பேரை உள்ளடக்கிய சிவசேனா எதிர்ப்புக்குழுவை உருவாக்கினார்.

ஆலோசனை கொடுக்க வேண்டிய நேரத்தில் ஆலோசனை. கண்டிக்க வேண்டிய தருணங்களில் கண்டிப்பு. அரசுடன் எந்தவிதமான சமரசமும் செய்துகொள்ளவில்லை. உதாரணமாக, உலகத் தமிழர் மாநாட்டை தி.மு.க நடத்தும் செய்தி வெளியானதும் முதல் கண்டனம் பெரியாரிடமிருந்தே வந்தது. 'உலகத் தமிழ்

கருணாநிதியுடன்...

மாநாடும் தேவையில்லை.. வெங்காய மாநாடும் தேவை யில்லை. தமிழர்களே. நம்முடைய முன்னேற்றம் சுத்தத்தமிழில் பேசுவதில் கிடையாது. ஆங்கிலம் கலந்து பேசுங்கள்'

அதேபோலச் சாதி, மதம் தொடர்பான விழாக்கள், பண்டிகை களுக்கு காலம் காலமாக அரசு விடுமுறை அனுசரிப்பது வழக்கம். இந்த நடைமுறையை அடியோடு ஒழிக்க வேண்டும் என்பது பெரியாரின் விருப்பம். இந்தக் காரியத்தைப் பகுத்தறிவுப் பாதையில் சிந்தித்துக்கும் தி.மு.க அரசு ஒழித்துவிடும் என்று பேசினார். ஆனால் அண்ணாதுரை அப்படி எந்தவிதமான அறிவிப்பையும் வெளியிடவில்லை.

பொறுத்துப் பொறுத்துப் பார்த்த பெரியார் ஒருநாள் பொங்கி விட்டார். 'திமுகவின் கொள்கை பகுத்தறிவுக் கொள்கை. இந்தக் கொள்கையின்படியே நடப்பார்கள் என்று நம்பியே மக்கள் இவர் களுக்கு வாக்களித்துள்ளார்கள். அப்படியிருக்கும்போது, திமுக ஆட்சியே, உனக்கும் பேப்பே உங்க அப்பனுக்கும் பேப்பே என்ற கதைபோல நடந்துகொள்ளலாமா? திமுக மந்திரிகள் தங்கள் பதவிகளைப் பிரதானமாகக் கருதுகிறார்களே ஒழிய, கொள்கை களையோ, வாக்களித்த மக்களின் நம்பிக்கைகளையோ லட்சியம் செய்யாமல் துரோகம்தான் செய்து வருகிறார்கள்.'

திமுகவின் தேர்தல் வாக்குறுதிகளுள் முக்கியமானது, ரூபாய்க்கு மூன்று படி அரிசித்திட்டம். ஆனால் இந்தத் திட்டத்துக்கு பெரியார் கடுமையாக எதிர்ப்பு தெரிவித்தார். அரசாங்கத்துக்குப் பெரிய அளவில் நட்டத்தை ஏற்படுத்தக்கூடிய இந்தக் காரியத்தை வாக்குக்காக அண்ணாதுரை அரசு செய்யக்கூடாது. விலைக்குறைப்பு என்பது வீண் தொல்லை என்றே நான் கருதுகிறேன் என்றார்.

திராவிட முன்னேற்றக் கழக ஆட்சி சுமுகமாகச் சென்று கொண்டிருந்தது. தேர்தல் வாக்குறுதிகளை நிறைவேற்றும் முயற்சியில் இறங்கியிருந்தது தி.மு.க அரசு. இந்நிலையில் செப்டெம்பர் 1968ல் அண்ணாதுரையின் உடல்நிலை திடீரெனப் பாதிக்கப்பட்டது. அமெரிக்கா சென்று சிகிச்சை எடுத்து வந்தார். அப்போது விமான நிலையம் வரை சென்று அண்ணாதுரையை வழியனுப்பி வைத்தார் பெரியார். அமெரிக்காவில் சிகிச்சை எடுத்துக் கொண்டபோதும் அவருடைய உடல்நிலை குணமாக வில்லை.

திடீரென ஒருநாள் உடல்நிலை மிகவும் மோசமானதை அடுத்து அவசரம் அவசரமாக அமெரிக்காவில் இருந்து டாக்டர் மில்லர் உள்ளிட்ட மருத்துவர்கள் அழைத்து வரப்பட்டனர். சிகிச்சைகள் நடந்து கொண்டிருக்கும்போதே பிப்ரவரி 3, 1969 அன்று இமைகளை மூடினார் அண்ணாதுரை. எதிர்காலம் இருட்டாக இருக்கிறது என்று தன்னுடைய வருத்தத்தைப் பதிவு செய்தார் பெரியார்.

அடுத்த முதல்வர் யார்? தற்போதுள்ள அமைச்சர்களில் எவர் வேண்டுமானாலும் முதல்வராகலாம். ஆனால் கூடுதலாக அமைச்சர்கள் தேவையில்லை. கூட்டு அமைச்சரவை பற்றியும் சிந்திக்கத் தேவையில்லை என்றார் பெரியார். இறுதியாக மு. கருணாநிதி முதலமைச்சராகத் தேர்வு செய்யப்பட்டார். அதற்கான வாய்ப்பை இழந்த நெடுஞ்செழியன் அமைச்சர் பதவியை ஏற்கப்போவதில்லை என்று சொல்லிவிட்டார்.

வருத்தமாக இருந்தது பெரியாருக்கு. நெடுஞ்செழியன் உள்ளிட்டோர் கருணாநிதியைக் கண்ணை மூடிக்கொண்டு ஆதரிக்க வேண்டும் என்று கேட்டுக் கொண்டார். ஆனாலும் நெடுஞ்செழியன் சமாதானம் ஆகவில்லை. இதனையடுத்து மு. கருணாநிதி தலைமையில் புதிய அமைச்சரவை பதவியேற்றது. அண்ணாதுரை போலவே கருணாநிதியும் பெரியாரை நேரில் சென்று சந்தித்து அவருடைய ஆசிர்வாதத்துடனேயே ஆட்சியை நடத்தினார்.

இடையில் திமுகவுக்குள் லேசான உரசல்கள் ஏற்பட்டது. அதுவும், கருணாநிதிக்கும் அன்பழகனுக்கும் இடையே. கட்சிப் பொதுக்கூட்டம் ஒன்றில் பேசிய அன்பழகன், 'கருணாநிதியைத் தலைவராக ஏற்றுக் கொண்டால் என்னுடைய மனைவியே என்னை மதிக்கமாட்டார்' என்று பேசிவிட்டதாக பெரியாரின் கவனத்துக்குத் தகவல்கள் வந்தன. உடனடியாகத் தலையங்கம் மூலம் பிரச்னையைத் தீர்க்க விரும்பினார் பெரியார்.

'கட்சியில் இருப்பவர்கள் தலைமைக்குக் கட்டுப்பட வேண்டும். அதிருப்தியாளர்கள் கட்சியை விட்டு விலகி விடுவதுதான் நல்லது. இதுவே அன்பழகன் தலைவராக இருந்தாலும் இதுதான் என்னுடைய கருத்து. எப்படி பார்த்தாலும் இன்னும் பத்து வருடங்களுக்கு தி.மு.க ஆட்சியில் இருந்தாகவேண்டும். ஆகவே, திமுக என்னை மதித்தாலும் மதிக்காவிட்டாலும் அதனைப் பாதுகாக்கும் கடமை எனக்கு இருக்கிறது'

திடீர்த் திடீரென பெரியாருக்கு உடல்நிலை பாதிக்கப்பட்டுக் கொண்டே இருந்தது. பேசும்போது கைகால்கள் நடுங்கிக் கொண்டே இருந்தன. சிறுநீர் கழிப்பதற்குக்கூட மிகவும் சிரமப் பட்டார். எங்கே போனாலும் கூடவே ஒரு குழாய். அதனுடன் இணைக்கப்பட்ட ஒரு புட்டி. புட்டியை ஒரு தூக்குவாலியில் வைத்திருப்பார்கள். யாராவது ஒரு தொண்டர் அந்த வாலியைச் சுமந்தபடி நடந்து வருவார்.

குறைவாகவே சாப்பிட முடிந்தது. திணறித் திணறி. வெளியூர்ப் பயணங்களைத் தவிர்த்தால் நல்லது. ஆனால், அதை நேரடி யாகச் சொல்ல அவருக்கு விருப்பமில்லை. அழைக்க வருபவர் களிடம் கட்டணத் தொகையைக் கூடுதலாகக் கேட்டார். இதன்மூலம் கூட்டங்களில் எண்ணிக்கை குறையும் அல்லது கழகத்துக்கு நிதி அதிகரிக்கும் என்பதுதான் பெரியாரிடன் திட்டம்.

ஆலயத்துக்குள் பிராமணர்கள் மட்டுமே நுழைய வேண்டும், மந்திரங்களைச் சொல்ல வேண்டும், பூஜை புனஸ்காரங்களை செய்ய வேண்டும் என்ற கருத்து பெரியாரைப் பல ஆண்டுகளாக உறுத்திக் கொண்டே இருந்த விஷயம். உடல்நிலை பலவீன மடைந்து இருந்த போதும் இதுவிஷயமாகப் போராட்டத்தில் ஈடுபடவேண்டும் என்று தொண்டர்களுக்கு அழைப்பு விடுத்தார்.

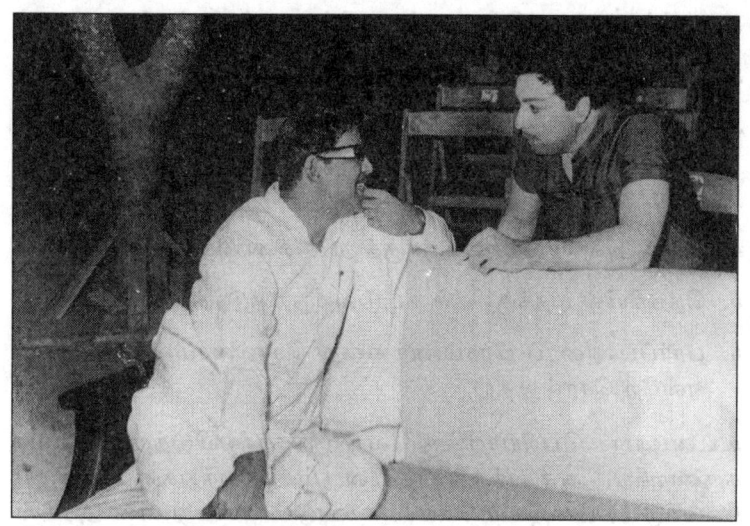

கருணாநிதியும் எம்.ஜி.ஆரும்

வடநாட்டில் இருக்கும் பெரிய பெரிய ஆலயங்களில் எல்லாம் பக்தர்களே நேரடியாகப் பூஜை செய்கிறார்கள். ஆனால் தமிழ் நாட்டில் பார்ப்பனன் மட்டுமே ஆலயத்தின் அத்தனை உரிமை களுக்கும் பாத்யதை கொண்டாட முடியும் என்பது ஏற்றுக் கொள்ள முடியாத சங்கதி. பூஜையைக் குறிப்பிட்ட மதத்தினர் தான் செய்ய வேண்டும் என்று எந்தச் சட்டமும் இல்லை. எல்லாமே இவர்களாக, இவர்களுடைய வசதிகளுக்காக ஏற்படுத்திக் கொண்டவை.

ஆகவே, தமிழர்களுக்கு ஏற்பட்டுள்ள இழிவைப் போக்கும் விதமாகப் ஆலயக் கருவறை நுழையும் போராட்டத்தில் யாருக்கெல்லாம் விருப்பம் இருக்கிறதோ அவர்கள் எல்லோரும் உடனடியாகக் கடிதம் எழுதுங்கள் என்று கேட்டுக்கொண்டார் பெரியார்.

இதனையடுத்து ஆயிரக்கணக்கான கடிதங்கள் பெரியாருக்கு வந்து சேர்ந்தன. பெரியாரைத் தலைவராகவும் கி. வீரமணியைச் செயலாளராகவும் கொண்டு இழிவு ஒழிப்புப் போராட்டக்குழு உருவாக்கப்பட்டது. 1970ம் ஆண்டுக்கான தன்னுடைய புத் தாண்டு செய்தியில் தமிழனுக்கு இன்றுள்ள கடமைகள் என்று ஒரு பட்டியலை உருவாக்கினார்.

1. பார்ப்பணப் பத்திரிகைகள் வாசிப்பதைத் தடுத்தல்

2. கோயில்களுக்குப் போவதைத் தடுத்தல்

3. அப்படியே போனாலும் வெறுங்கையோடு போய்வருதல். அப்படியே தேங்காய் எடுத்துப் போனாலும் தானே உடைத்துத் திரும்பக் கொண்டுவருதல்

4. பூசாரி அல்லது அர்ச்சகருக்குத் தட்சணை கொடுக்காதிருத்தல்

5. நெற்றியில் மதக்குறிகள் தீட்டுவதைத் தடுத்தல்

6. பார்ப்பணரைப் பிராமணர் என்று சொல்லாமல் பார்ப்பனர் என்றே சொல்லுதல்.

உடனடியாக பெரியாருக்கு வேண்டுகோள் விடுத்த முதல்வர் கருணாநிதி, 'அனைத்துச் சாதியினரும் ஆலயத்துக்குள் நுழைய வேண்டும், பூஜைகள் செய்யவேண்டும் என்பதுதான் அரசின் கொள்கை. அதற்கான சட்டங்கள் விரைவில் கொண்டுவரப் படும். ஆகவே பெரியார் அவர்கள் போராட்டத்தைக் கைவிட வேண்டும்' என்று கேட்டுக்கொண்டார். இதனை ஏற்ற பெரியார் போராட்டம் ஒத்திவைக்கப்படுவதாக அறிவித்தார்.

●

இந்திரா

நாடாளுமன்றப் பொதுத்தேர்தல் அறிவிக்கப்பட்டது. கருணாநிதியோ தமிழ்நாடு சட்டமன்றத்தைக் கலைத்து விட்டுத் தேர்தலைச் சந்திக்க முடிவு செய்திருந்தார்.

தேசிய அளவில் இந்திரா காந்தி தலைமையிலான காங்கிரஸ் கட்சி யோடு தி.மு.க கூட்டணி அமைத்துக் கொண்டது. பெரியார் இந்தக் கூட்டணியை வெகுவாக வரவேற்ற தோடு அதற்கு ஆதரவாகப் பேசவும் தொடங்கினார்.

இந்தக் கூட்டணிக்கு எதிராகப் பரம வைரிகளாக முதல்நாள் வரை இருந்த காமராஜும் ராஜாஜியும் இணைந்து புதிய கூட்டணியை உருவாக்கியிருந்தனர். இந்தத் திடீர்க் கூட்டணி பெரியாரை

ஆத்திரப்படுத்தியது. அதுவும் தன்னால் பச்சைத்தமிழர் என்று இருபது ஆண்டுகளுக்கும் மேலாக உச்சாணிக்கொம்பில் உட்கார வைக்கப்பட்ட காமராஜ், குலக்கல்வித்திட்டத்தையும் வர்ணாசிரமத்தையும் தூக்கிப்பிடிக்கும் ராஜாஜியுடன் கூட்டணி அமைத்தது தமிழர்களுக்கு செய்யப்பட்டதை பெரியாரால் ஜீரணிக்கவே முடியவில்லை.

மட்டக் குதிரையும் எருமை மாடும் சேர்ந்து வண்டியை ஓட்ட முடியாது. ஆகவே, கருணாநிதி அரசை அரவணைக்கும் இந்திரா காங்கிரஸும், இந்திரா அரசைக் கட்டுப்படுத்தும் அளவுக்குச் செல்வாக்கு கொண்ட திமுக அரசும் அமைவதுதான் தமிழர்களுக்கு நல்லது. இந்த வாய்ப்புகளைக் குழிதோண்டிப் புதைக்கும் காரியத்தில் ஈடுபட்டிருக்கும் காமராஜ் - ராஜாஜி கூட்டணியைத் தோற்கடியுங்கள் என்று வாக்காளர்களுக்கு அழைப்பு விடுத்தார் பெரியார்.

பார்ப்பணர்களின் சூழ்ச்சி மீண்டும் வெற்றியடைந்துவிடக் கூடாது என்று பெரியார் சொன்னது சுதந்தரா மற்றும் ஸ்தாபன காங்கிரஸ் கட்சியினரை ஆத்திரம் கொள்ளச் செய்தது. பெரியாரின் படங்களைச் செருப்பால் அடித்துத் தங்களுடைய எதிர்ப்பை வெளிப்படுத்தினர்.

விஷயம் கேள்விப்பட்ட பெரியார், ‘அவர்கள் என்னையே செருப்பால் அடித்தாலும் எனக்குக் கவலையில்லை. அந்த அளவுக்கு பார்ப்பணர்களுக்கு ஆத்திரம் வருகிறது என்றால் திராவிடர் கழகம் தன்னுடைய காரியங்களைக் கச்சிதமாகச் செய்து கொண்டிருக்கிறது. மிகச்சரியான பாதையில் சென்று கொண்டிருக்கிறது என்றுதான் அர்த்தம். இதற்குப் பதிலடியாக திமுகவுக்கு வாக்களித்து வெற்றி பெறச் செய்தால் நிம்மதியானது’ என்று பதிலளித்தார்.

திராவிட முன்னேற்றக் கழகத்தின் தோற்றுவாய் என்று கருதப்பட்ட விஷயங்களுள் ஒன்று மணியம்மையைப் பெரியார் திருமணம் செய்துகொண்ட சம்பவம். இப்போது மணியம்மையே திமுகவுக்கு ஆதரவளியுங்கள் என்று கேட்டுக்கொண்டார்.

1971ல் நடைபெற்ற அந்தத் தேர்தலில் திமுக போட்டியிட்ட தொகுதிகளின் எண்ணிக்கை 201. மார்க்சிஸ்ட் கம்யூனிஸ்ட் கட்சி தனித்து நின்றது. திமுகவுக்கு ஆதரவாக பெரியார் பிரசாரத்தில்

ஈடுபட்டார். தேர்தல் முடிவுகள் திமுக - இந்திரா காங்கிரஸ் கூட்டணிக்குச் சாதகமாகவே வந்தன.

கடந்தமுறை அண்ணா பெற்ற வெற்றியைக் காட்டிலும் அதிக இடங்களில் வென்று தி.மு.க ஆட்சி அமைத்தது. மொத்தம் 183 சட்டமன்ற உறுப்பினர்கள். முதலமைச்சர் கருணாநிதிக்கு வாழ்த்துத்தந்தி அனுப்பினார் பெரியார். மேலும் புதிய அமைச்சரவையில் வழங்கப்பட்டுள்ள பிரதிநிதித்துவ எண்ணிக்கை குறித்துத் தன்னுடைய மகிழ்ச்சியை வெளிப்படுத்தினார்.

தொடர்ந்து பார்ப்பண எதிர்ப்புக் காரியங்களில் ஈடுபட்டுக் கொண்டிருந்தார் பெரியார். இதற்கிடையே திராவிட முன்னேற்றக் கழகத்தில் உரசல்கள் ஏற்படத் தொடங்கின. கட்சியின் பொருளாளராக இருந்த எம்.ஜி.ஆர், கட்சிக்காரர்கள் தங்களுடைய சொத்துக் கணக்கைக் காட்ட வேண்டும் என்று பொது மேடையில் கேட்டது கட்சிக்குள் குழப்பத்தை ஏற்படுத்தியது.

விவகாரம் முற்றியதை அடுத்து எம்.ஜி.ஆர் திமுகவில் இருந்து நீக்கப்பட்டார். இதுகுறித்துப் பேசிய பெரியார், கட்சியின் பொருளாளராகப்பட்டவர் கட்சிக்கு உள்ளேயே கணக்குக் கேட்டுப் பெறுவதை விட்டுவிட்டுப் பகிரங்கமாகக் கேட்டதை எந்தத் தலைமையும் சகித்துக் கொண்டிருக்க வேண்டிய அவசியமிம் இல்லை. இதற்கு நடவடிக்கை எடுத்ததில் தவறில்லை. எடுக்காமல் புறந்தள்ளினால்தான் தவறு என்றுகூறி, எம்.ஜி.ஆர் நீக்க விவகாரத்தில் கருணாநிதிக்கு நேசக்கரம் நீட்டினார்.

எம்.ஜி.ஆர் விவகாரத்தில் தங்களுடைய நிலைப்பாட்டைத் தெரிவிக்கத் தயங்கிக் கொண்டிருந்த சமயத்தில் பெரியாரின் இந்தப் பேச்சு கருணாநிதிக்கு ஆறுதல் + ஆதரவு.

அதேசமயம் எம்.ஜி.ஆரால் தி.மு.க பிளவுபட்டால் அது பார்ப்பணச் சக்திகளுக்கு உற்சாகத்தைக் கொடுத்துவிடும் என்று நினைத்தார் பெரியார். உடனடியாக எம்.ஜி.ஆரை அழைத்துப் பேசினார்.

பிறகு எம்.ஜி.ஆருக்கு அறிவுரை என்ற தலைப்பில் தலையங்கம் ஒன்று விடுதலையில் வெளியானது.

எம்.ஆர். ராதா

'எம்.ஜி.ஆர் ஒரு கலைஞர். எனக்கு அந்தத் துறையில் அனுபவம் இல்லை; சுயபுத்திக் கொள்கை உடைய நடிகரின் நாடகம்தான் நான் பார்ப்பேன். இரண்டொரு சினிமா பார்த்திருக்கிறேன். சிவாஜி கணேசன், எம்.ஆர். ராதா ஆகியோரை எனக்கு நன்றாகத் தெரியும். எனக்கு இவரைத் தெரியாது. இரண்டொரு நிகழ்ச்சிகளில் பார்த்த போது, வணக்கம் தெரிவித்தார். நானும் பதில் வணக்கம் தெரிவித்தேன். இவருக்கு இன்கம்டாக்ஸில் தொல்லை இருக்கிறது என்று சொல்கிறார்கள். அதனால் குழப்பம் ஏற்படுவது இயற்கைதான். வேறு கட்சியில் சேரமாட்டேன் என்று என்னிடம் கூறியிருக்கிறார். இவரால் இனி கழகத்துக்கும் தொல்லைதான். இவருக்கும் இனி கலைத்துறையில் வீழ்ச்சிதான். பார்ப்பணர் ஆதரவெல்லாம் எவ்வளவு நாள் தாங்கும்?'

ஆனாலும் அண்ணா திராவிட முன்னேற்றக் கழகம் என்ற பெயரில் புதிய கட்சியைத் திமுகவுக்குப் போட்டியாகத் தொடங்கி விட்டார். தொடங்கிய நாள் முதல் திமுக எதிர்ப் புணர்வைக் கக்கியதால் பெரியார் ஆத்திரமடைந்தார். எல்லாம் அண்ணாதுரை செய்த தவறு. அவர் நம்மவரும் அல்ல, நம் முடைய இனத்தவரும் அல்ல, அவரைப் போய் எதற்காகக் கட்சியில் சேர்த்தார்? ஒருவேளை வரிகொடாமல் இருந்ததால் இயக்கம் தொடங்கியிருக்கிறாரோ என்று கேட்டார்.

14. நெஞ்சில் குத்திய முள்

டிசம்பர் 24, 1972. சென்னை பொது மருத்துவ மனையில் அனுமதிக்கப்பட்டிருந்தார் ராஜாஜி. நிலைமை மோசமாகவே இருந்தது. விஷயம் திண்டிவனத்துக்குச் சென்றிருந்த பெரியாரின் கவனத்துக்குக் கொண்டுசெல்லப்பட்டது.

மருத்துவமனைக்கு வண்டியை விடு. ஆத்ம நண்பரை ஆஸ்பத்திரியில் சந்தித்து நலம் விசாரித்தார். முகம் முழுக்க சோகம் கப்பி யிருந்தது. கடும் அதிருப்தியுடன்தான் வீட்டுக்குப் போனார். மறுநாளே ராஜாஜி இறந்துவிட்ட தாகத் தகவல் கிடைத்தது.

தொண்டர்கள் எவ்வளவோ தடுத்தும் தன் னுடைய நண்பரின் இறுதி ஊர்வலத்தில் கலந்து கொண்டார். சிதைக்குத் தீ மூட்டப்பட்டபோது பெரியாரின் கண்களில் நீர் முட்டிக்கொண்டு நின்றது. மனைவி நாகம்மை இறந்தபோதுகூட வராத கண்ணீர். நட்புக்குக் கொடுத்த மரியாதை அது.

அவ்வப்போது உடல்நிலை பாதிக்கப்படுவதும் பிறகு சீர்படுவது மாக இருந்தது பெரியாருக்கு. பழைய பொதுக்கூட்ட பாக்கி ஒன்று நினைவுக்கு வந்தது பெரியாருக்கு. இரண்டு ஆண்டுகளுக்கு முன்னால் திடீர் பிள்ளையார் தோன்றியது தொடர்பாக கூட்டம் நடத்துவதாக இருந்தது. தவறிவிட்டது. பரவாயில்லை. உடனடியாக சென்னை தியாகராய நகரில் கூட்டம் ஏற்பாடு செய்யுங்கள்.

கூட்டம் தொடங்கியது. மைக்கைப் பிடித்தார் பெரியார். ஒவ்வொரு வார்த்தையிலும் பகுத்தறிவு நெடி. சுயமரியாதை வாடை. இத்தனைக்கும் மெல்லிய குரலில்தான் பேசினார் பெரியார். நம்முடைய சமுதாயம் மிகவும் பெரியது. எவ் வளவோ முன்னேறியிருக்கவேண்டியவர்கள். ஆனால் நாம் அப்படித்தான் இருக்கிறோமா? நாதியற்றுப் போய் காட்டு மிராண்டியாக அல்லவா திரிந்துகொண்டிருக்கிறோம் என்றார் பெரியார். நாம் வேட்டி கட்டி நடந்தபோது அம்மணமாகத் திரிந்த வெள்ளைக்காரர்கள் இப்போது ஆகாயத்துக்கு மேலே போய் நிலாவில் உட்கார்ந்துவிட்டு வருகிறார்கள். இவை யெல்லாம் உங்களுக்குப் புரிகிறதா? என்று கேட்டார்.

நம்முடைய சுயமரியாதை இயக்கம் தொடங்கப்பட்டபோது சொல்லப்பட்ட ஐந்து கொள்கைகள் என்னென்ன? கடவுள் ஒழிய வேண்டும். மதம் ஒழிய வேண்டும். காந்தி ஒழியவேண்டும். காங்கிரஸ் ஒழியவேண்டும். பார்ப்பாண் ஒழிய வேண்டும். இதில் காந்தியை ஒழித்துவிட்டார்கள். காங்கிரஸ் கூட ஒழிந்து விட்டது. கடவுள் நடுரோட்டில் சிரிப்பாய் சிரிக்கிறார். எல்லோரும் கோயிலுக்குள் செல்லவேண்டும் என்று சட்டம் போட்டால் அதை செல்லாததாக்கிவிடுகிறார்கள். இதை மாற்ற வேண்டும் இல்லையா? அதற்கு முயற்சி செய்யவேண்டும் என்றார். இது முதலமைச்சர் கருணாநிதிக்குக் கொடுத்த சமிக்ஞை. எல்லா சாதியினரும் கோயிலுக்குள் நுழைவது தொடர்பான விஷயம் நெஞ்சில் குத்திய முள்ளாகவே இருந்தது பெரியாருக்கு. அதைத்தான் தன்னுடைய பேச்சில் வடித்தார் பெரியார்.

பேச்சு கடவுள் பக்கம் திரும்பியது. கடவுள் என்றால் என்ன வென்று சொல்லுங்கள் முதலில். அதைவிட்டுவிட்டு எந்த முட்டாளோ சொன்னான் என்பதற்காக மரம், மட்டை, பாம்பு,

பல்லி எல்லாவற்றையும் கடவுள் என்று சொன்னால் அது முட்டாள்தனம். பைத்தியக்காரத்தனம்.

சில நிமிடங்கள் பேசினார். அதுவும் திணறித்திணறி. உடல் ஒத்துழைக்கவில்லை. பேச்சை முடித்துக்கொண்டார் பெரியார். வலி காரணமாக பெரியார் முனகியது மைக்கில் கேட்டது. தொண்டர்கள் கண்ணில் நீர் முட்டிக்கொண்டுவந்தது.

பத்து மணி அளவில் கூட்டம் முடிந்தது. வீட்டுக்குச் சென்ற பெரியாருக்கு உடல்நிலை மேலும் பலவீனம் அடைந்தது. மருத்துவர்கள் வரவழைக்கப்பட்டனர். மறுநாள் மதியம் பொதுமருத்துவமனையில் அனுமதிக்கப்பட்டது. ஆனால் பெரியாருக்கோ வேலூர் மருத்துவமனையில் சேர்ப்பதில்தான் நாட்டம். புரிந்துகொண்டு அங்கு அழைத்துச் செல்லப்பட்டார் பெரியார். ஆக்சிஜன் குழாய்கள் உதவியுடன் சுவாசிக்கத் தொடங்கினார் பெரியார்.

விஷயம் கேள்விப்பட்ட முதலமைச்சர் கருணாநிதி பெரியாரை வந்து பார்த்தார். தீவிர சிகிச்சையில் இறங்கினர் மருத்துவர்கள். இருப்பினும் பெரியாரின் உயிரை டிசம்பர் 24, 1973 அதிகாலை 7.22 வரைதான் அவர்களால் பாதுகாக்க முடிந்தது.

பின்னிணைப்பு-1

பெரியாருக்குப் பின்

ஜனவரி 6, 1974. திராவிடர் கழக நிர்வாகிகள் கூட்டம் திருச்சியில் நடைபெற்றது. சோகம் கப்பிய முகத்துடன் இருந்தது கூட்ட அரங்கம். அந்தக்கூட்டத்தில் திராவிடர் கழகத் தலைவராக ஈ.வெ.ரா. மணியம்மை தேர்ந் தெடுக்கப்பட்டார். கி. வீரமணி பொதுச்செயலாளர் பதவியில் நீடிக்கவேண்டும் என்றும் கேட்டுக்கொள்ளப் பட்டது.

நான்கு ஆண்டுகள் மணியம்மையின் தலைமையில் திராவிடர் கழகம் இயங்கியது. திடீரென இருதய நோய் காரணமாக மார்ச் 16, 1978ல் மணியம்மை மறைந்துவிட திராவிடர் கழகத்துக்கு மீண்டும் ஒரு இழப்பு. இப்போது கழகத்தை முழுவதுமாக நடத்தவேண்டிய பொறுப்பு பொதுச்செயலாளர் கி. வீரமணியை வந்தடைந்தது.

இனி தலைவர் பதவி தேவையில்லை என்று முடி வெடுக்கப்பட்டது. எனினும் கால ஓட்டத்தில் திராவிடர் கழகத்தின் தலைவராக கி. வீரமணி தேர்வு செய்யப் பட்டார். தொடர்ந்து அவர் தலைமையில் இயங்கிக் கொண்டிருக்கிறது பெரியார் உருவாக்கிய திராவிடர் கழகம்.

பின்னிணைப்பு-2

பெரியார் வழி

1879	(செப்டெம்பர் 17) ஈ.வெ. ராமசாமி பிறந்தார்
1884	உறவினர் ஒருவருக்குத் தாற்காலிகமாகத் தத்து கொடுக்கப்பட்டார்.
1889	அதீதக் குறும்புகளுக்கு தண்டனையாகத் திண்ணைப் பள்ளிக்கூடத்தில் இருந்து நிறுத்தப் பட்டார்.
1897	நாகம்மையைக் காதலித்துப் பெற்றோர் சம்மதத் துடன் திருமணம் செய்துகொண்டார்
1903	தந்தையுடன் ஏற்பட்ட கருத்துவேறுபாடு காரண மாகத் துறவியாகும் எண்ணத்துடன் காசிக்குப் புறப்பட்டார்.
1918	ஈரோடு நகரசபைத் தலைவராகத் தேர்வு செய்யப் பட்டார். அப்போது சேலம் நகரசபைத் தலைவராக இருந்த ராஜாஜியுடன் நட்பு ஏற்பட்டது.
1919	ராஜாஜியின் வற்புறுத்தல் காரணமாக காங்கிரஸ் கட்சியில் தன்னை இணைத்துக் கொண்டார்.

1921	கள்ளுக்கடை மறியலில் ஈடுபட்டதோடு தனக்குச் சொந்தமான ஐநூறு தென்னை மரங்களையும் வெட்டி சாய்த்தார்.
1924	கேரளா மாநிலம் வைக்கத்துக்குச் சென்று தாழ்த்தப் பட்டோருக்கு ஆதரவாக உரிமைப் போராட்டத்தில் ஈடுபட்டு வெற்றியும் பெற்றார்.
1925	(மே 2) குடியரசு பத்திரிகையைத் தொடங்கினார்.
1925	வகுப்புவாரித் தீர்மானத்தை காங்கிரஸ்காரர்கள் ஆதரிக்காததால் அதற்கு எதிர்ப்பு தெரிவித்துக் கட்சியில் இருந்து வெளியேறினார்.
1927	இந்தியாவும் அரசியலமைப்பு தொடர்பாகக் கருத்துக் கேட்க வந்த சைமன் கமிஷனை காங்கிரஸ் எதிர்த்த நிலையில் பெரியார் வரவேற்றார்.
1932	சுயமரியாதை சமதர்மக் கட்சியை உருவாக்கினார்.
1933	(ஏப்ரல்) பெரியாரின் மனைவி நாகம்மை இறந்தார். அவரை மும்மதச் சடங்குகளின் அடிப்படையில் தகனம் செய்தார்.
1934	நீதிக்கட்சியின் வெற்றிக்காகத் தேர்தல் பிரசாரத்தில் ஈடுபட்டார். ஆனாலும் தேர்தலில் தோற்றுப் போனது நீதிக்கட்சி.
1937	தமிழ்நாடு தமிழருக்கே என்ற கோஷத்தை அறிமுகம் செய்தார்.
1938	(டிசம்பர்) நீதிக்கட்சியின் தலைவராகத் தேர்வு செய்யப்பட்டார்.
1940	(ஜனவரி) பம்பாய் சென்று டாக்டர் அம்பேத்கர் மற்றும் முகமது அலி ஜின்னாவோடு பேச்சு வார்த்தையில் ஈடுபட்டார்.
1943	தன்னுடைய செவிலியராக மணியம்மையை நியமித்துக் கொண்டார்.
1944	(ஜனவரி) நீதிக்கட்சியின் பெயரை திராவிடர் கழகம் என மாற்றினார்.

1945 (செப்டெம்பர்)திராவிடர் கழகத்தினர் கறுப்புச் சட்டை அணியவேண்டும் என்று அறிவித்தார் பெரியார். இதில் அண்ணாதுரைக்கு உடன்பாடில்லை.

1947 சுதந்தர தினத்தைத் துக்கநாளாக அனுசரிக்க வேண்டும் என்று திராவிடர் கழகத்தினரைக் கேட்டுக்கொண்டார்.

1948 (மார்ச்) பிராமணர்களை இனிமேல் பார்ப்பான் என்றே அழைக்கவேண்டும் என்று கட்டளையிட்டார்.

1949 (ஜூன் 18) கட்சிக்கும் சொத்துக்கும் வாரிசு தேவை என்பதற்காக மணியம்மையைச் சட்டப்படித் திருமணம் செய்துகொண்டார்.

1949 (செப்டெம்பர் 17) திராவிடர் கழகத்தில் இருந்து அண்ணாதுரை தலைமையில் அதிருப்திக் குழுவினர் திராவிட முன்னேற்றக் கழகம் என்ற புதிய இயக்கத்தை உருவாக்கினர்.

1950 குடியரசு தினத்தைத் துக்கநாளாக அறிவித்தார்.

1952 பொதுத்தேர்தலில் கம்யூனிஸ்ட் கட்சிக்கு ஆதரவு கொடுத்தார். ஆனால் ராஜாஜி முதலமைச்சரானார்.

1954 குடியாத்தம் இடைத்தேர்தலில் காமராஜுக்கு ஆதரவு கொடுத்தார்.

1955 ராஜாஜி கொண்டுவந்த குலக்கல்வித் திட்டத்துக்கு எதிராகப் போராட்டம் அறிவித்தார்.

1957 தி.மு.க முதன்முறையாக தேர்தலைச் சந்தித்தது. அப்போது காங்கிரஸுக்கே ஆதரவு கொடுத்தார் பெரியார்.

1958 பொதுக்கூட்டங்களுக்கான கட்டண விகிதங்களை உயர்த்தினார்.

1962 பொதுத்தேர்தலில் மீண்டும் காங்கிரஸ் கட்சிக்கு ஆதரவாகத் தேர்தல் பிரசாரம் செய்தார்.

1965	ஜனவரி 25 அன்று தொடங்கிய மொழிப்போராட்டம் பிப்ரவரி 13 வரை விடாமல் நீடித்தது. அப்போது நடைபெற்ற வன்முறைகளைக் கடுமையாக எதிர்த்தார்.
1967	பொதுத்தேர்தலில் மீண்டும் காங்கிரஸ் கட்சிக்கே பிரசாரம் செய்தார். ஆனால் திராவிட முன்னேற்றக் கழகம் ஆட்சி அமைத்தது. அண்ணாதுரை முதலமைச்சரானார்.
1968	மருத்துவச் சிகிச்சைக்காக அமெரிக்கா சென்ற அண்ணாதுரையை விமான நிலையம் வரை சென்று வழியனுப்பினார்.
1969	சிகிச்சைகள் பலன் கொடுக்காததால் அண்ணாதுரை மறைந்தார்.
1969	கருணாநிதி முதலமைச்சரானார். அவருக்கு பெரியார் ஆதரவு கொடுத்தார்.
1971	ராஜாஜி - காமராஜ் கூட்டணிக்கு எதிராகப் பிரசாரம் செய்தார். திமுக-இந்திரா காங்கிரஸ் கூட்டணி வெற்றி பெற்றது.
1972	கருணாநிதிக்கும் எம்.ஜி.ஆருக்கும் உரசல் ஏற்பட்ட போது எம்.ஜி.ஆரை அழைத்துப் பேசினார். பிறகு புதுக்கட்சி தொடங்கியபோது அதைக் கடுமையாக விமரிசித்தார்.
1973	(டிசம்பர் 24) மறைந்தார்.
1974	(ஜனவரி 6) திராவிடர் கழகத்தின் தலைவராக மணியம்மை தேர்வு செய்யப்பட்டார். கி. வீரமணி பொதுச்செயலாளராகத் தொடர்ந்தார்.
1978	(மார்ச் 16) மணியம்மையார் மறைந்தார். மறுநாள் கி. வீரமணி நிரந்தரப் பொதுச்செயலாளராகத் தேர்வு செய்யப்பட்டு, தற்போது தலைவராகத் தொடர்கிறார்.

நன்றியுடன் பயன்படுத்தப்பட்ட நூல்கள்

1. **தந்தை பெரியாரே எழுதிய சுயசரிதை**
   திராவிடர் கழக வெளியீடு

2. **தமிழர் தலைவர்**
   சாமி சிதம்பரனார்
   பெரியார் சுயமரியாதை பிரச்சார நிறுவன வெளியீடு

3. **தந்தை பெரியார் வாழ்க்கை வரலாறு**
   கவிஞர் கருணானந்தம்
   தமிழ்க் குடியரசு பதிப்பகம்

4. **உலகத் தலைவர் பெரியார்**
   கி. வீரமணி
   திராவிடர் கழக வெளியீடு

5. **பெரியார் - சுயமரியாதை - சமதர்மம்**
   எஸ். வி. ராஜதுரை - வ. கீதா
   விடியல்

6. **பெரியார் - ஆகஸ்டு 15 - எஸ். வி. ராஜதுரை**

7. **காந்தி ராமசாமியும் பெரியார் ராமசாமியும்**
   தொகுப்பு: ப. திருமாவேலன்
   தென்திசை

8. **இன்றைய ஆட்சி ஏன் ஒழிய வேண்டும்**
   தொகுப்பு: ப. திருமாவேலன்
   தென்திசை

9. **நெஞ்சுக்கு நீதி - முதல் மூன்று பாகங்கள்**
   கலைஞர் மு. கருணாநிதி
   திருமகள் நிலையம்

10. **பெரியார் ஈ.வெ.ரா சிந்தனைகள் - முதல் மூன்று பாகங்கள்**
    வே. ஆனைமுத்து

11. தி.மு.க வரலாறு
 டி.எம். பார்த்தசாரதி
 பாரதி பதிப்பகம்

12. தி.மு.க வரலாறு
 திமுக தலைமைக்கழக வெளியீடு